திசை கண்டேன் வான் கண்டேன்

கிழக்கு பதிப்பக வெளியீடுகளாக சுஜாதாவின் புத்தகங்கள்

மீண்டும் ஜீனோ
நிறமற்ற வானவில்
நில்லுங்கள் ராஜாவே
தீண்டும் இன்பம்
ஆஸ்டின் இல்லம்
அனிதாவின் காதல்கள்
நைலான் கயிறு
24 ரூபாய் தீவு
அனிதா இளம் மனைவி
கொலை அரங்கம்
கமிஷனருக்கு கடிதம்
அப்ஸரா
பாரதி இருந்த வீடு
மெரீனா
ஆர்யபட்டா
என் இனிய இயந்திரா
காயத்ரி
ப்ரியா
தங்க முடிச்சு
எதையும் ஒருமுறை
ஊஞ்சல்
ஓரிரவில் ஒரு ரயிலில்
மீண்டும் ஒரு குற்றம்
விக்ரம்
நில், கவனி, தாக்கு!
வாய்மையே சில சமயம் வெல்லும்
ஆ..!
வசந்த காலக் குற்றங்கள்
சிவந்த கைகள்
ஒரே ஒரு துரோகம்
இன்னும் ஒரு பெண்
6961
ஜோதி
மாயா
ரோஜா
ஓடாதே
மேற்கே ஒரு குற்றம்
விபரீதக் கோட்பாடு
ஐந்தாவது அத்தியாயம்
மலை மாளிகை
விடிவதற்குள் வா
மூன்று நாள் சொர்க்கம்
பத்து செகண்ட் முத்தம்
கம்ப்யூட்டர் கிராமம்
இளமையில் கொல்

மேகத்தை துரத்தியவன்
ஒரு நடுப்பகல் மரணம்
நகரம்
இதன் பெயரும் கொலை
மண்மகன்
தப்பித்தால் தப்பில்லை
விழுந்த நட்சத்திரம்
முதல் நாடகம்
ஆட்டக்காரன்
ஜன்னல் மலர்
என்றாவது ஒரு நாள்
வைரங்கள்
மேலும் ஒரு குற்றம்
சொர்க்கத் தீவு
கனவுத் தொழிற்சாலை
ஆயிரத்தில் இருவர்
பதினாலு நாட்கள்
உள்ளம் துறந்தவன்
பிரிவோம் சந்திப்போம்
கரையெல்லாம் செண்பகப்பூ
இரண்டாவது காதல் கதை
நிர்வாண நகரம்
குருபிரசாதின் கடைசி தினம்
இருள் வரும் நேரம்
திசை கண்டேன் வான் கண்டேன்
ஆழ்வார்கள் - ஓர் எளிய அறிமுகம்
தேடாதே
விருப்பமில்லாத் திருப்பங்கள்
விரும்பிச் சொன்ன பொய்கள்
கை
ஆதலினால் காதல் செய்வீர்
நூற்றாண்டின் இறுதியில் சில சிந்தனைகள்
அப்பா, அன்புள்ள அப்பா
மிஸ். தமிழ்த்தாயே, நமஸ்காரம்!
சிறு சிறுகதைகள்
வாரம் ஒரு பாசுரம்
வானத்தில் ஒரு மௌனத்தாரகை
கடவுள் வந்திருந்தார்
அனுமதி
ஓலைப் பட்டாசு
சேகர், சிங்கமய்யங்கார் பேரன்
கம்ப்யூட்டரே ஒரு கதை சொல்லு
டாக்டர் நரேந்திரனின் விநோத வழக்கு
நிஜத்தைத் தேடி
பாதி ராஜ்யம்
சில வித்தியாசங்கள்

திசை கண்டேன் வான் கண்டேன்

சுஜாதா

கிழக்கு

திசை கண்டேன் வான் கண்டேன்
Thisai Kanden Vaan Kanden
by Sujatha
Sujatha Rangarajan ©

Kizhakku First Edition: January 2011
144 Pages
Printed in India.

ISBN 978-81-8493-622-3
Kizhakku - 602

Kizhakku Pathippagam
177/103, First Floor,
Ambal's Building, Lloyds Road,
Royapettah, Chennai 600 014.
Ph: +91-44-4200-9603

Email : support@nhm.in
Website : www.nhm.in

Cover Image : Shutterstock

Kizhakku Pathippagam is an imprint of New Horizon Media Private Limited.

This book is sold subject to the condition that it shall not, by way of trade or otherwise, be lent, resold, hired out, or otherwise circulated without the publisher's prior written consent in any form of binding or cover other than that in which it is published and without a similar condition including this the rights under copyright reserved above, no part of this publication may be reproduced, stored in or introduced into a retrieval system, or transmitted in any form or by any means (electronic, mechanical, photocopying, recording or otherwise), without the prior written permission of both the copyright owner and the above-mentioned publisher of this book.

'நான்தான் பாரி. நோரா கிரகத்திலிருந்து பூமிக்கு அனுப்பப்பட்டவன் நான். ஒரு மேம்பாலம் கட்டுவதற்காக பூமி என்னும் உங்கள் கிரகத்தை அழிப்பதற்காக ஐ.நா. விதிகளின்படி உங்கள் உலகத் தலைவருக்குக் கடிதம் எழுதிவிட்டு வந்தேன். குறிப்பிட்ட நேரக் கெடுவில் உங்கள் ஆள்களிடமிருந்து அதற்கான ஆட்சேபணைகள் ஏதும் வரவில்லை. அதனால் இந்தப் பூமியை அழிப்பதற்கு ஏற்பாடுகள் செய்து விட்டோம்.'

திசை கண்டேன் வான் கண்டேன், உட்புறத்துச் செறிந்தவெலாம்
பலப்பலவும் கண்டேன் யாண்டும்
அசைவனவும் நின்றனவும் கண்டேன் மற்றும் அழகுதனைக் கண்டேன்
நல்லின்பங் கண்டேன்

- *பாரதிதாசன்*

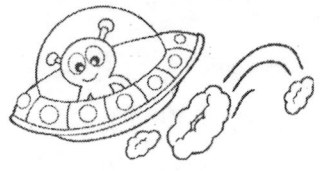

'ஆண்ட்ரமீடா...'

இந்த வார்த்தையை மெல்ல நாக்கில் உருட்டிப் பாருங்கள். 'ஆண்...ட்ர...மீடா.'

ஒரு மாதிரி முதுகில் ஒரு த்ரில், ஒரு ஜில் ஏற்படுகிறதா இல்லையா? காலடியில் ஒரு குறுகுறு?

ஆண்ட்ரமீடா என்பது நம் அண்டை வீட்டு காலக்ஸி. நட்சத்திரங்களும் தீற்றல் மேகங்களும் சேர்ந்த ஒரு விஷ்ணுச் சக்கரம். நம்மிடமிருந்து இருபது லட்சம் ஒளி வருஷங்கள் தூரம்!

அதாவது ஒளி, லைட், வெளிச்சம் அங்கிருந்து புறப்பட்டு நம் வீட்டுக்கு வருவதற்கே இருபது லட்சம் வருஷங்களாகும். இருந்தும் ஆண்ட்ரமீடா குடும்பத்தில் இருந்த நோரா என்னும் ஒரு கிரகத்திலிருந்து, பாரி என்பவன் இப்போது பூமிக்குப் புறப்பட்டு ஒரு நாளில் வந்து சேர ஆயத்தமாக தன் மாடல் 121 என்னும் ஹைப்பர்ஸ்பேஸ் வண்டியைச் சரி பார்த்துக் கொண்டிருக்கிறான்.

'எல்லாம் சரியாத்தாங்க இருக்குது. ப்ளீடர்ல கொஞ்சம் லீக் இருந்தது. சரி பண்ணிட்டாங்க. ஐயான் டாங்க் பொருத்திட்டா கௌம்பிரலாம்' என்றது 121.

'பூமிக்கு ஒரு நாள்ல போயிருமில்லை?' என்று மெக்கைக் கேட்டான்.

'போயிருங்க. டாக்கியான் இன்ஜின் லேட்டஸ்ட் மாடல்ங்க இது. ஹைப்பர்ஸ்பேஸ் குறுக்கா இறங்கறப்ப கொஞ்சம் ஜாக்கிரதையா இருக்கணும், சில பேருக்கு அதிர்ச்சி தாங்காது!'

'நான் நிறையத் தாவிருக்கேம்பா!'

'பூமிக்கா போறீங்க?' அந்த மெக்கானன் பாரியை ஒரு மாதிரிப் பார்த்த பார்வையில் லேசாக துக்கமும் தூக்கமும் இருந்தது.

'ஆமா. ஏன்?'

'எல்லாத் தடுப்பும் எடுத்துக்கிட்டீங்களா? துரோகம், முதுகில் குத்து...'

'போயிருக்கியாப்பா?'

'ஏன் கேக்கறீங்க? போய்ட்டு ஒரு பெருநாளில் திரும்பிட்டேன்.'

'ஏன்?'

'யாருமே நிம்மதியா, சந்தோஷமா இல்லைங்க. எல்லாரும் சின்ன சதுரமான காயிதத்துக்கு அலையறாங்க. பாதிப் பேருக்கு மண்டைல மயிர் இல்லை. கவலை, பொய் சொல்றாங்க. தன் இனத்தையே அழிச்சுக்கறாங்க. பூமிக்கு எதுக்குப் போறீங்க?'

'நம்ம இன்டர் காலக்ஸி ரூட்ல ஒரு மேம்பாலம் வருதுப்பா, அதுக்கு இடைஞ்சலா பூமி இருக்குது. அதனால அதை இடிச்சுரலாம்னு பெரிய இடத்தில் தீர்மானிச்சுட்டாங்க. அதுக்கு முதல் சர்வேக்காகப் போறேன்.'

'எச்சரிக்கையா இருங்க!'

'மனுசங்கப்பா! என்ன பண்ண முடியும்? மனசாலேயே கொல்லக் கூடிய நம்மகிட்ட இருக்கறமாதிரி ஆயுதங்கள் வச்சிருக்காங்களா?'

'இல்லைங்க, வேற ஆயுதங்கள் வெச்சிருக்காங்க. காதல், கல்யாணம், பிள்ளைப்பாசம்னு.'

பாரி அங்கிருந்து டி.பி. கேந்திரத்துக்குப் போய் பிரயாணத்துக்குத் தேவைப்பட்ட அத்தியாவசியப் பொருள்களைச் சேகரித்தான்.

'எல்லாத்தையும் செக் பண்ணிருங்க பாரி. அவங்க ஆக்ஸிஜன் சுவாசிக்கிற ஜன்மங்க. நாம ஆர்கான் ஆசாமிங்க. மெட்டபாலி

ஸம் பழகறதுக்கு நம்ம நாள்ல ஒரு நாள் ஆகும். அதனால் சில குச்சிங்களை எப்போதும் வெச்சிருங்க.'

'அவங்கள்லாம் எப்படி?' என்றான்.

'பூமியா... ப்ச்! போரு. அறுவை. டெலிவிஷன் சாட்டிலைட்டு போன்ற புராண கால சமாசாரங்களுக்கு இளிக்கும் பிரஜைகள். இவர்களிடம் கற்றுக்கொள்ள ஏதும் இல்லை.'

'இளிக்கும்னா?'

'ஈஈஈ' என்று வாயை விரித்துக் காட்டினான் அந்த இடைநிலை ஊழியன்.

'இதுவா? கடவுளே!'

'கூப்டீங்களா' என்று ஒரு உபதெய்வம் வர,

'யோவ், ஏதோ ஒரு பேச்சுக்கு, 'கடவுளே'ன்னா வந்துர்றதா? உங்களுக்கெல்லாம் வேற வேலை இல்லையா?'

அந்தக் கடவுள் காதைச் சொறிய, பாரி பையில் தேடிப் பார்த்து 'சில்லறையா இல்லை. போய்ட்டு அப்புறம் வா' என்றான். 'இவங்களையெல்லாம் ஒழிச்சுக் கட்டணும்பா. உழைக்கிறது நாம, திங்கறது இவங்க.'

போகும்போது கடவுள் அவனைத் திரும்பி முறைத்துப் பார்க்க, 'என்னடா முறைக்கிறே?'

நோரா கிரகத்தில் கட்வுள்கள் என்பவர்கள் காலனிப் பிரஜைகள்.

'போறதுக்கு முந்தி தலையைப் பார்த்துட்டுப் போறீங்கல்ல?'

'ஆமா, அவரே கூப்பிட்டிருக்காரு...'

'வரப்ப எனக்கு அது மட்டும் ஒண்ணு எடுத்துட்டு வாங்க.'

'என்ன, என்ன?'

'வெள்ளையா ஒரு எலி. அதுக்குக் கவிதை எழுதச் சொல்லிக் கொடுக்கணும்!'

பாரி தலையைப் பார்ப்பதற்குமுன் தன் உடல் முழுவதும் சார்ஜ் ஏற்றிக்கொள்ள ஒரு வழிக் குழாயில் மூக்கை வைத்து இழுத்துக்

கொண்டான். உள்ளே செல்லுமுன், 'பாரி, உனக்கு எட்டு பார் செகண்டுதான் அப்பாயின்ட்மெண்ட்' என்று சொன்ன பெண்ணைத் தொட்டுவிட்டு, பாரி உள்ளே சென்று மண்டி போட்டு உட்கார்ந்தான்.

வெல்வெட் வெளிச்சம் சாய்மானமாக இறங்க, வாசனை லேசாக விரவியிருந்தது. இன்றைக்கு தேவா பெண் உருக் கொண்டிருந் தார்.

'வா பாரி, உனக்கு என்ன வயசு?'

'தலைவீ, என் வயசு தொண்ணூற்று ஏழு.'

'மிஷன் தெரியுமல்லவா?'

'தெரியும்! பால் வீதி காலக்ஸியின் மேற்கு மூலையின் கோடியில் இருக்கும் ஒரு சோதா சூரியனைச் சுற்றிக்கொண்டிருக்கும் ஒரு சோதா கிரகம் பூமி. நம் சாம்ராஜ்யத்தின் ராஜபாட்டையின் குறுக்கே வருவதால் அதை இடிக்கவேண்டியது நம் வேலை. அதற்கான லொக்கேட்டரைப் பொருத்திவிட்டு ஒதுங்கி விட்டால், இங்கிருந்து ஹைப்பரையான் கதிர்களால் அழித்து விடலாம்.'

'பாரி, அதற்குமுன் இந்தக் கிரகத்தை இடிப்பதால் பிரபஞ்சத்துக்கு அறிவில் என்ன நஷ்டம் என்று ரிப்போர்ட் கொடுக்கவேண்டும். இல்லை என்றால், ஐக்கிய காலக்ஸியில் நம்மைத் திட்டுவார்கள்.'

'அப்படியே தருகிறேன் தேவா!'

தேவாவின் கண்கள் மட்டும் தெரிந்தன. பிளாட்டினம் வேய்ந்த கூரையில் சரிந்த அடிமைச் சூரிய ஒளியின் பழம் போன்ற வெளிச்சத்தில் தேவா அழகாகவே இருந்தார் - இருந்தாள்.

'வா, வந்து என்னைத் தொடு.'

தேவாவின் கால் மட்டும் நீண்டு அவனிடம் வர, அதைத் தொட்டபோது பாரியின் உடல் முழுவதும் இன்ப வண்ணம் நிரம்பி தங்க நாற்றுகள் உச்சகட்ட மத்தாப்பூவாக வெடித்தன.

'இந்த இன்பத்துக்கு ஏழு காலக்ஸி கட்டத் தயாராக இருக் கிறேன்.'

'சென்று வா, வென்று வா! ஒரு கடவுளை உன்கூட அனுப் பட்டுமா? காக்கும் தெய்வம்?'

'தேவையில்லை தேவா! எனக்குக் கொடுக்கப்பட்ட சக்திகளும் ஆயுதங்களும் போதும்.'

'பாரி அரண்மனையை விட்டு வெளியே வந்தபோது ஒரு சிறுவன் 121-ஐ தடவிப் பார்த்துக்கொண்டிருந்தான்.

'சும்மாருப்பா' என்று தன் உடலைச் சிலிர்த்துக்கொண்டது 121.

'ரொம்ப அழகான வண்டி. இது என்ன விலை?'

'விலை இல்லை. தேவாவின் அரண்மனை வண்டி.'

'இது எதில் ஓடுகிறது?'

'டாக்கியான் எக்ஸ்சேஞ்சர்.'

'எனக்கும் உன்னுடன் வர ஆசை.'

'பொடியா, உனக்கு இன்னும் நிறைய நாள்கள் இருக்கின்றன. மூன்று முறை என்னைப் போல் செத்துப் பிழைக்கவேண்டும்' என்று அதன் கதவைத் திறந்து, தன்னை அதிலே நுழைத்துக் கொண்டு அலாரம் பானலை ஒரு முறை நோக்கிவிட்டுக் கிளப்பினான்.

'எங்கே போகவேண்டும்?' என்றது வண்டி.

பாமாவின் வீட்டு விலாசத்தைச் சொன்னான்.

'எடுத்த உடன் பாமாவா? உருப்பட மாட்டப்பா நீ!' என்றது வண்டி.

'உனக்கு என்ன? பேசாம உன் வேலையைப் பார்த்துட்டுப் போ. முட்டாள் இயந்திரமே!'

'என்ன பண்றது? கொஞ்சம் சிந்தனா சக்தியையும் கொடுத்து வச்சிருக்காங்களே. இந்த அடிமை வாழ்க்கை போர் அடிக்குதே!' என்று 121 அலுத்துக்கொண்டது: 'என்னிக்குத்தான் எனக்கு விடுதலையோ?'

பாமா அவன் சென்றபோது தன் மூன்றாவது முகத்துடன் இருந்தாள்.

'பாரி! இன்னும் நீ போகலை?'

'நாசமாப் போச்சு! நான் உன்கிட்ட டாட்டா காட்டுவேன்; போய்ட்டு வரேன்னு சொல்வேன்; நீ அழுவே, அப்படின்னெல்லாம் எதிர்பார்த்துக்கிட்டு பிரியாவிடை கொடுக்கலாம்னு வந்தேன்!'

'அழுகையா? அப்பிடின்னா?'

'பாரி, 'ஊஊஊ' என்று அழுது காட்டினான்.

'இதுவா?' என்று சிரித்தாள் பாமா.

'இது ஒரு முறை காலேஜ்ல இன்டர் காலக்ஸி டிராமா போட்டியில செய்திருக்கேன். நிஜமாவே அழேன், உனக்கு லாக்ரிமோஸ் பொருத்தினாங்களோ?'

'பொருத்தினாங்க, காஸ்மட்டிஸ்ட் வேணாம்னுட்டாரு. பாரி, நீ எப்ப திரும்புவே?'

'சொல்ல முடியாது.'

'இப்ப என்ன ஜோலி?'

'பூமின்னு ஒரு கிரகத்தை இடிக்கப் போறாங்க. அதுக்கு லொக்கேட்டர் வச்சிட்டு வரணும். அதுக்கு முன்னால ஒரு அய்கா ரிப்போர்ட் கொடுக்கணும்.'

'அதில் யாராவது இருக்காங்களா?'

'இருக்காங்க, மனிதர்கள்னு. ஆக்ஸிஜன் அடிப்படையில் வழறவங்க பல பேர்.'

'அவங்கள்லாம் என்ன ஆவாங்க?'

'அழிக்கப்படுவாங்க. என்ன கேள்வி?'

'காலனி பண்ணிர முடியாதா?'

'தேவையில்லைன்னு தீர்மானிச்சுட்டாங்க, அவங்ககிட்ட ஏதும் இல்லை.'

'ஒரு மனிதனை நம்ம மகள் விந்தைக்கு விளையாட்டு காட்ட அழைச்சிட்டு வரியா?'

‘விந்தைக்கு எந்தப் பொம்மை கொடுத்தாலும், அக்கக்காப் பிரிச்சுப் போட்டுரும். பார்க்கலாம்.’

அயான் எக்ஸ்சேஞ்சரைப் பொருத்தி பித்தானை அழுத்தியதும் 121 லேசாகப் பாடியது.

தைலம் வாங்கியாந்து
　　தலையிலே தான் தேச்சியேம்மா
தைலம் தேச்சு என்ன செய்ய
　　தலையில் இட்ட எளுத்தை.

‘பாட்டு வேண்டாம்பா.’

‘எனக்கு ஒண்ணும் பாடணும்னு விருப்பமில்லை. இன்ஸ்ட்ரக்‌ஷன் புக்ல சொல்லியிருக்கு. நீ போற இடத்து நாட்டுப் பாடலாம் இது.’

சன்னல் வழியே பாமாவும் விந்தையும் பார்த்துச் சிரிக்க, சிரிப்பு மறைவதற்கு முன்னமே ‘ர்ர்ர்ரூம்’ என்று 121 புறப்பட்டு மறைந்தது.

இன்டர்காலக்ஸி இருட்டில் கறுப்பு வெல்வெட்டில் பூமி நோக்கி சீரான ஒலியுடன் அது செல்ல, கொஞ்ச நேரத்தில் அதன் பின்னே ஒரு மிக்க கரிய உருவ வண்டி அதைத் தொடர்ந்தது.

பாரியின் வண்டியைப் பின்தொடர்ந்தது, உபகுப்தர் என்னும் தேவர். நோரா கிரகத்தில் கடவுள்கள் காலனிப் பிரஜைகள் என்று முன்பு சொன்னோம், அவர்களுக்குச் சில சலுகைகள் அளிக்கப்பட்டு அரசின் மான்யத்தில் ஜீவித்து இருக்கிறார்கள். அவ்வப்போது சதுரா போன்ற விளையாட்டுகள் ஆடிக்கொண்டு சங்கீதம் முதலியன கேட்டுக்கொண்டு, வருஷாந்திர 'ராக் விழா'வுக்குத் தயார் செய்துகொண்டு - சுக ஜீவிகள்.

இவர்களை என்ன செய்வது என்று நோரா அரசு இன்னும் தீர்மானிக்கவில்லை. அவர்களில் பலர் சாகா வரம் பெற்றவர்கள் என்பதால், அவர்களை அழித்திட முடியவில்லை. இவர்களிடம் குடும்பக் கட்டுப்பாடும் கிடையாது. இருந்தும் அவர்கள் உபத்திரவம் அதிகமின்றி, தான் உண்டு தன் சோமா உண்டு என்று இருப்பதால் கடவுளர்கள் நோராவில் சகிக்கப்படுகிறார்கள் என்றே சொல்லவேண்டும்.

ஆனால், குறிப்பிட்ட உபதேவர் கொஞ்சம் லொள்ளு பண்ணும் ஆசாமி. முன் கோபி. பாரியும் அந்த மெக்கானனும் அவரை அவமானப்படுத்திப் பேசினது பிடிக்கவில்லையாதலால், பாரி பூமிநோக்கிப் புறப்பட, உபகுப்தர் சொந்த உபயோகத்துக்கு லோக்கல் ட்ரிப்புகளுக்காக அரசு அளித்திருந்த வண்டியில் ப்ளாக்கில் ஒரு டாக்கியான் எக்ஸ்சேஞ்சரை வாங்கிப் பொருத்தி அவனைப் பின்தொடர்ந்தார்.

அந்த வண்டியில் பூசப்பட்ட பாலிரெஸிஸ்ட் என்னும் வஸ்துவால் 121-ன் சென்ஸர்களுக்கு அது பின்தொடர்வது தெரியவில்லை.

121 உற்சாகமாகப் பாடிக்கொண்டு எட்டு ஒளி வருஷத்தைச் சில செகண்டுகளில் தொட்டது.

தீரத்திலே படை வீரத்திலே
நெஞ்சின் ஈரத்திலே உபகாரத்திலே
சாரத்திலே மிகு சாத்திரங் கண்டு
தருவதிலே உயர் நாடு.

பாரி 121-இடம், 'நண்பா, பாட்டு வேண்டாம்!' என்றான்.

'பாரதின்னு நல்ல கவிஞர்...'

'கவிதை அலர்ஜின்னு சொல்லியிருக்கேனில்லை?'

'அப்ப ஜோக் சொல்லட்டுமா?'

'வேண்டாம்பா, ஆளை விடு!'

'பிரயாணத்தின்போது எனக்கு ஏதாவது பாடியாகணும் அல்லது விளையாடியாகணும். சண்டை போடணும். போர் அடிக்குது!'

'மிஷினே, உனக்கு போர் அடிக்குமா? பொய் சொல்லாதே! சொன்ன காரியத்தைச் செய், வாகனமே!'

'என்ன காரியம்?'

'பேசாமல் இனர்ஷியல் ரீடிங்க்ஸ் எடுத்துக்கிட்டே இரு. பாடாதே! புரிஞ்சுதா? பா...டா...தே. எனக்கு பாட்டுன்னா அலர்ஜி! அதுவும் இந்த தேச பக்திப் பாட்டுன்னா இன்னும் அலர்ஜி!'

'நாசமாப் போக' என்று திட்டிவிட்டு இனர்ஷியல் எண்ணிக்கை களை உச்சரிக்க ஆரம்பித்தது 121.

இப்போது பின்னால் வந்த உபகுப்தர் தன் சூப்பர்லேஸ் என்னும் ஆயுதத்தை பாரியின் 121-ன் மேல் சரியாகக் குறிவைத்து, அந்தக் கரிய வண்டியின் இன்ஸ்ட்ருமெண்ட் பானலில் அதைக் குத்தாக வைத்து, அதன் பட்டனை அழுத்தினார்.

'ஊஊஊஷ்' என்றது 121. 'என்னய்யா! பாரி, பின் பக்கம் என்னவோ குத்துது, ஊசி மாதிரி!'

'ஏதாவது டெப்ரிஸ்ஸா? திரைல ஏதும் தெரியலையே.'

'பாரி, ரீடிங் எல்லாம் சரியா இருக்கு. எனக்கென்னவோ பின்னால யாரோ வரான்னு பட்சி சொல்லுது.'

'சென்ஸர்ல தெரியிலையா?'

உபகுப்தர் மற்றொரு கணையைச் செலுத்த, 'யோவ் வலிக்குதுய்யா, பாரி! ஏதாவது புத்திசாலித்தனமா ஆணை கொடுக்கறியா, இல்லை டிராயரைக் கழட்டிடுவேன்!'

'இரு. ஒண்ணு செய். எனக்கென்னவோ அந்த உபதேவனைப் பார்த்தம் இல்ல, மெக்கானிக் ஷாப்பில? அவன் பார்வையே சரியில்லை. அவன்தான் தன் வண்டியில ஃபாலோ பண்றான்னு தோணுது. ஒண்ணு பண்ணு. அவங்களுக்கு இன்டர் காலக்ஸி ஆபத்கால டிஸ்ட்ரஸ் ட்ரான்ஸ்மிட்டர் ஒண்ணு உண்டு. அதை அணைக்கவே முடியாது.'

'ஃபிரீக்வென்ஸி என்ன பாரி?'

'முப்பத்தி மூணு டெர்ரா.'

121 தன் காதை 33 டெர்ராவுக்குத் தீட்டிக்கொண்டு, 'யோவ், உனக்கும் புத்தி இருக்குய்யா. அந்தாளு நம்மைப் பின்தொடர்ந்துட்டு இருக்கான். கால் லைன்கூட இருக்குது. யாரோ பேரு உபகுப்தனாம். இப்ப என்ன பண்றது? கடவுளாச்சே, அழிக்க முடியுமா?'

'முடியாது, வண்டியை அழிக்கலாம்.'

'எனக்கு கடவுள் வாகனத்தை அழிக்கப் பர்மிஷன் இல்லையே?'

'அபாய காலத்தில் அழிக்கலாம்னு இன்டர் காலக்ஸி ரூல் நம்பர் பதினேழு சொல்லுது.'

'அப்ப கொஞ்சம் கிட்ட வர விட்டு வேடிக்கை பார்க்கலாமா? கொஞ்சம் சரியாப் பொருத்திக்க, சட்டுனு திசை மாறுவேன்!'

உபகுப்தரின் வண்டி அருகே வரும்வரை காத்திருந்து 121 சட்டென்று காலக்டிக் நார்த் என்னும் மேல் திசையில் பாதை மாறி தன் சக்தி வாய்ந்த மெகாலேஸ் என்னும் ஆயுதக் கணையை ஒரு மைக்ரோ செகண்டு ஊதி விட்டது. அதிலிருந்து 'பிட்ராஞ்ஙன்' என்ற சிறிய சப்தம் மட்டும் கேட்டு, உபகுப்தரின் கரிவண்டி அது

எழுப்பிய 8,000 டிகிரி உஷ்ணத்தைத் தாள முடியாமல் சின்னதாக அழகான புகைப் பொட்டலமாக 'ஃஃஃ' என்று கரைந்தது. உபகுப்தர் சாகா வரம் பெற்றிருந்ததால் தன் கரிய வண்டியிலிருந்து வெளிப்பட்டு விண்வெளியில் மிதந்தார்.

'பாரி, பார்க்கிறியா உன் ஃப்ரெண்டு உபகுப்தர் என்ன ஆனார்னு?'

திரையில் அவர் ஏதோ தொம்பங் கூத்தாடி போல இங்குமங்கும் அல்லாட, கொஞ்சம் கொஞ்சமாக அவர் அவனை, 'பாரி, பாரி' என்று விளித்தது அந்த சூன்ய வெளியில் கேட்கவில்லை.

'காப்பாத்துங்கறாரு பாரி.'

'மிதக்கட்டும். திரும்பப் போறப்ப பொறுக்கிட்டுப் போகலாம். அப்பத்தான் திமிர் அடங்கும்.'

'ரொம்பத் தமாஷு இல்லை' என்று 121 பாட ஆரம்பித்தது.

எல்லாம் ஒரு நாள் தலைகீழாய் மாறிற்று.
சூரியன் இரவில் உதிக்க, சந்திரன்
பகற்பொழுதெல்லாம்
பாலையாய்க் கொளுத்திற்று.
காக்கைகள் கரைய இரவு வந்துற்றதென்று
கைகளால் விரைந்து நடக்கத் தலைப்பட்டேன்
கடல் நடுவே வைத்த என் கட்டுச் சோற்றுக்கு!

'அபாரமான பொயம் பாரி.'

'மறுபடி ஆரம்பிச்சிட்ட பாத்தியா? ரோதனைப்பா உன்னோட!'

'புதுக் கவிதைப்பா! இதுகூட வேண்டாமா?'

'வேண்டாம், வேண்டாம்!'

'சுத்த அடாசு ஆசாமியை எஜமானனா அனுப்பியிருக்காங்கப்பா. போன தடவை பொண்ணு வந்திச்சு. என்ன இன்பமாப் பொழுது போச்சு தெரியுமா?'

'ஷட் அப். பாரு 121. நீ யாருங்கறதை முதல்ல அறிஞ்சுக்க. இயந்திரதாசன். ஏதாவது முரண்டு பண்ணே லைசென்ஸைப் பிடுங்கிடுவேன்!'

121 மௌனமாகியது.

இதே சமயம் பூமியில்-இந்தியாவில்-சென்னையில்- மயிலாப் பூரில் இருந்த மணி என்கிற சுப்பிரமணி என்கிற பெல்லா என்கிற செல்லப் பெயரன், இளைஞன், தன் 'ஆளான' செங்கமலம் என்கிற பெண்ணை 'மார்னிங் ஷோ' வரச் சொல்லியிருந்தான். அந்தச் செங்கமலம் என்கிற பெண் தன்னைச் சிங்காரித்துக்கொண்டு இருபத்து மூன்று 'ஏ' பஸ் பிடித்து திருவள்ளுவருக்கு அருகில் வந்து இறங்கிக்கொண்டு எம்.கே. அம்மன் கோயிலில் கலைமகள் ஆபீஸ் அருகில் நிற்க, பெல்லா வர, யாரும் பார்க்காமல் இருக்கும்படி கூலிங் கிளாஸ் அணிந்து கொண்டு, மணியின் ஹீரோ புக் என்னும் வாகனத்தின் பின்னால் ஏறிக்கொண்டு 'அலங்கார்' என்னும் தியேட்டருக்குப் போய்ச் சேருவதற்குள், 'ஹவுஸ் ஃபுல்' என்னும் போர்டு போட்டு விட்டார்கள்.

இருவரும் பேஸ்த் அடித்தாற்போல் போஸ்டரைப் பார்த்துக் கொண்டிருக்க, ஒரு ஆள் அவர்களை அணுகி, 'சார் பால்கனி, சார் பால்கனி' என்று மந்திர உச்சாடனம் செய்ய,

'எத்தனைப்பா?'

'டொண்ட்டி ஃபைவ் ருப்பீஸ் கொடுங்க சார். டீசல் விக்கிற விலைல, பாமாலிவ் விலைல...' என்றான்.

காதலர்கள் இருவரும் தம்மிடம் இருந்த மொத்தக் காசை எண்ணிப் பார்க்க, 'ஒரு டென் ருப்பீஸ் குறையுதுப்பா' என்றான்.

'...த்தா சாவுகிராக்கி. இவனுக்கு லவ்வு வேற. பால்கனி, பால்கனி' என்று அந்தக் கள்ள டிக்கெட்டன் விலக, மணிக்கு காதலையும்மீறி வெறுப்பாக இருந்தது.

'எல்லாத்துக்கும் நானே செலவழிக்கணுமா? காதல்னா ஒன் வே ட்ராஃபிக்கா?'

'எங்கிட்ட காசில்லை பெல்லா! எங்கம்மா எல்லாத்தையும் புடுங்கிடுது பெல்லா.'

'பெல்லான்னு கூப்பிடாத என்னை! இப்ப என்ன செய்யலாம்? அடுத்த ஷோவுக்கு நிக்கலாமா?'

'அய்யோ, ஒரு மணிக்குள் வீடு திரும்பலைன்னா என்னைக் கொன்னே போட்டுருவாங்க அம்மா.'

'சரி, ஏறிக்க' என்றான்.

'ஏதாவது பீச்சுப் பக்கம் போய் பப்பாளி சாப்பிடலாம்.'

'இந்த வெயில்லயா?'

'எம்.ஜி.ஆர். சமாதி போலாம் பெல்லா, நிழலா இருக்கும். ஐஸ் ஃப்ரூட் நல்லாருக்கும்.'

போகிற வழியில் மணிக்கு ஒரு ஐடியா தோன்றியது. இந்தப் பகல் வேளையில் லைட் அவுஸ் அருகில் அதிகம் கூட்டமிருக்காது. அங்கே போய் ஒரு 'தம்ஸ் அப்' உறிஞ்சிவிட்டு, அண்மையில் படகுகள் நைலான் வலைகளுடன் ஒரு ரகசிய இடம் இருக்கிறது. ரொம்ப நாளாகவே மணி என்கிற பெல்லாவுக்கு செங்கமலத்தின் சில அந்தரங்க பரிமாணங்களைப் பற்றிய சந்தேகங்கள் உண்டு. இன்று உண்மையைக் கண்டுபிடித்து விடலாம். 'மார்னிங் ஷோ போனால் என்ன? ரோமமே போச்சு!' என்று லைட் அவுஸ் அருகில் இருந்த ரெஸ்டாரண்டுக்குப் போய் மேற்குறித்த 'தம்ஸ் அப்' பானாதிகளை வாங்கிக்கொண்டு மேற்குறித்த படகின் நிழலை நாட, 'இங்க எதுக்கு பெல்லா?' என்றாள்.

'அலை ஓசை கேக்கலாம், வரியா' என்று சொல்ல, அவளும் இன்னஸெண்டாக ஒப்புக்கொள்ள, இருவரும் யாரும் பார்க்காத ஒரு தினுசில் உட்கார்ந்தார்கள்.

'எவ்வளவு ரம்யமான இடம் பாத்தியா?'

'மீன் நாத்தம் அடிக்குது!'

'இது என்ன, ஊக்கா?'

'ம். அதெல்லாம் அப்றம், ரொம்பக் கொஞ்சாதீங்க பெல்லா.'

'செங்கமலம்ம்ம்ம்' என்று அவள் மார்புப் பிரதேசத்தில் கன்றுக்குட்டி போல் முட்டினான்.

'அய்ய, நா சத்தம் போடுவேன்.'

'போடு. பார்க்கலாம், போடு பார்க்கலாம்' என்று அவள் கையைப் பிடித்துப் பின்னால் மடக்கி, சல்மான் கான் ஏதோ ஓர் இந்திப் படத்தில் பாய்வதுபோல அவளை மடக்கி முத்தம்போல ஏதோ ஒன்றைக் கொடுக்க முயன்றான். செங்கமலம், 'தோ பாரு ஏரோப்ளேன்' என்றாள். தொடுவானத்தைக் காட்டினாள்.

அது ஏரோப்ளேன் அல்ல. *121.*

⊠

செங்கமலம் தன் மார்புப் பித்தான்கள் அவிழ்ந்த நிலையில், ஒரு தமிழ்ப் பெண்ணின் அடக்கத்தையும் மீறி அந்தக் காட்சியைக் கவனித்தாள் என்றால், அது அதிசயமான காட்சியாகத்தான் இருத்தல் வேண்டும்!

தொடுவானத்தில் அந்த வடிவம் ஒரு சிநேகமான, ஆரோக்கியமான பளபளப்பான சுருட்டுபோல் இருந்தது. பட்டப் பகலிலும் வானத்து சூரிய வெளிச்சத்தையும் மீறி அந்த உலோகப் பப்பாளியின் பல்வண்ணப் பகட்டில் வெண் மஞ்சள் தகதகப்பும் ஜொலிஜொலிப்பும் தெரிந்தது.

ஆங்கில 'Z'களையும், தமிழ் 'ழ' எழுத்துகளையும் அடுத்தடுத்து அடுக்கினாற்போல சீரான விநோத ஒலியுடன் சற்றுச் சற்றாகப் பெரிதாக்கிக்கொண்டே வந்து, அதே சமயத்தில் அதன் வேகம் அதிகரிக்க, செங்கமலத்தின், மணியின் கண்கள் ஆறாயிரம் சூரியன்களுக்குப் பழக்கமில்லாததால் படகின் அடியில் பதுங்கிப் படுத்துக்கொள்ள, அவர்கள் தலைக்கு மேல் செங்குத்தாக வந்ததும் 'திகடம்' என்று ஒரு குழந்தை இடி இடித்து சட்டென்று ப்ரீர்ரேக் போட்டாற்போல நின்றது.

அது மிதந்த உயரம் சுமார் 130 மீட்டர்தான் இருக்கும். சட்டென்று அது தன் சப்தங்களை அடக்கிக்கொண்டு

மெல்ல, பூ வருடலுடன் தென்றலும் ஃபோம் ரப்பரும் கலந்தாற்போல இறங்கியது.

'அய்யோ, பெல்லா, பெல்லா, இது என்ன?' என்று நடுங்கிக் கொண்டு அவனைக் கட்டிக்கொண்டாள் நம் கதாநாயகி.

'பார்த்தா ப்ளேன் மாதிரி தெரியலை செங்கல்! வா போயிரலாம். ஏதாவது அமெரிக்காக்காரன் அனுப்பிச்சிருப்பான், சமுத்திரத்து உப்பைத் தூரு வார.'

மணிக்குத் தெரிந்த டெக்னாலஜி அது மட்டுமே! அந்த வாகனம் 121 மணலில் இறங்கிய இடத்தில் வெள்ளை மேகம் புறப்பட்டு அடங்க மூன்று நிமிஷமாயிற்று. புகை மேகத்தில் வெளிப்பட்ட உருவத்தை அப்போதுதான் பார்க்க முடிந்தது.

'அய்யோ பிசாசு!'

'இரு பெல்லா.'

பாரி தன் அகில காலக்ஸி ட்ரான்ஸ்லேட்டரைப் பொருத்திக் கொண்டு, 'வணக்கம்! இந்த ஸ்தலம் சென்னைதானே?' என்றான். குரலில் இருந்த உலோகத்தனத்தைத் திருத்தவேண்டும் என எண்ணிக்கொண்டான்.

மணி, 'ஆஆஆமாம்' என்று சொன்னானே தவிர, சப்தம் வரவில்லை. காற்றுதான் வந்தது.

'உங்க பேரு?'

'பெபெபெல்லா... இல்லை மணி' என்றாள் செங்கமலம்.

'சிவசுப்ரமணி, மணிகண்டன், அலையஸ் மணி' என்றான்.

'உங்களைச் சந்திச்சதில ரொம்ப சந்தோஷம். எனக்கு இந்த ஊர் ராஜாவைப் பார்க்கணும்.'

'ராஜா...'

'அதோ அது என்ன?' என்று சற்று தூரத்தில் வீற்றிருந்த 121-ஐக் காட்டினாள் செங்.

'அது நான் வந்த வண்டி. பேர் 121. 121, சார்க்கு ஹலோ சொல்லுரா செல்லம்.'

121, 'ஹலோ (ஹலோ) மாமா (மாமா)' என்றது (இரண்டாவ தாகக் கேட்டதெல்லாம் எதிரொலி). அங்கிருந்து பேசியதே தெளிவாகக் கேட்டது.

'நான் மாமா இல்லை! நீங்க யாரு? பேர் என்ன? தலைல என்னவோ குச்சி மாதிரி?'

'அது மில்லிமீட்டர் வேவ் ஆண்டெனா' என்றான் பாரி. 'நான் ஆண்ட்ரமீடா காலக்ஸில நோரான்னு ஒரு கிரகத்தில் இருந்து வரேன். நீங்கதான் நான் சந்திக்கும் முதல் பூமி பிரஜை! சந்தோஷம்!'

'குட்டி ஷோக்கா இருக்கு வாத்தியாரே' என்றது 121.

'ஷட் அப்' என்று அதட்டினான் பாரி.

'இந்த வண்டிய இங்க விட்டுட்டுப் போகலாமா?' என்றான் பாரி.

'இந்த மாதிரி வண்டிய நான் பார்த்ததே இல்லை' என்றாள் செங்கமலம்.

'உள்ள வரியா?' என்றது 121. சட்டென்று, 'பாரி பாரு...' என்று பதற்றத்துடன் கவனம் ஈர்த்தது.

121 காட்டின திசையில் சென்னை சேப்பாக்கம் மக்கள் ஆரவாரத் துடன் ஓடி வந்துகொண்டிருந்தார்கள். ஓவென்று ஆரவாரத் துடன், பின்னால் மானசீகத் தடியடிப் பிரயோகம்போல!

'ஏரோப்ளேனா?'

'இல்ல எலிகாப்டர்டா.'

'சி.எம். மீட்டிங்குக்கு வர வாங்கியாந்திருக்காங்கடா. அமெரிக்காவில் செஞ்சது' என்றான், அவர்களுள் ஒரு சைக்கிள் மெக்கானிக்.

அவர்கள் அனைவரும் 121-ஆல் கவரப்பட்டு அதைப் பார்க்க ஓடி வர, 'பாரி, இந்தாளுங்க என்னைத் தொட்டுத் தடவினா தாங்காது. டாமேஜ் ஆயிரும். இதுக்கு முந்தி ஒரு முறை ஜூடியாவில சென்ஸர் லொக்கேட்டர் அடைச்சுக்கிட்டு, அப்படித்தான் ஆச்சு! என்ன செய்ய?'

'மார்ஃப்... மார்ஃப்... முட்டாளே!' என்றான் பாரி.

இந்த இடத்தில் 'மார்ஃப்' என்பதை விளக்கவேண்டும். நோரா கிரகத்திலிருந்து மற்ற காலக்ஸிகளுக்குச் செல்லும் பிரயாணி களுக்குத் தரப்படும் இந்தச் சலுகை அல்லது சக்திக்கு மார்ஃப் என்று பெயர். இதைப் பிரயோகித்தால் அவர்களோ, அவர்க ளுடைய வாகனங்களோ எந்த நேரத்திலும் வடிவம் மாற முடியாது. ஒரே ஒரு தேவை, மாற வேண்டிய வடிவத்தின் பிரதி அல்லது முன் மாதிரி அல்லது மாடல் ஒன்று அண்மையில் இருக்க வேண்டும் - அதை ஹோலோ பண்ணுவதற்காக. ஹோலோ பண்ணுவது என்பதைப் பிற்பாடு சாவகாசமாக விவரிக்கலாம்.

மார்ஃபுக்கு எதிர் வார்த்தை டி-மார்ஃப்... பழைய சொரூபத்துக்குத் திரும்புவது. பாரிக்கு எட்டு மார்ஃப் சலுகை கொடுக்கப்பட்டுள்ளது.

கூட்டத்தினர் 121-ஐ வேகமாக அணுக, பாரி சுற்றுமுற்றும் பார்த்தான். பீச்சில் குழந்தைகளைச் சுமந்து செல்வதற்காக, ஐந்து மட்டக் குதிரைகளை அழைத்துச் சென்று கொண்டிருந்த அப்துல் என்பவர் 121-ஐப் பார்த்து விட்டு 'ஏ க்யா பாய்' என்று ஆச்சரியத் தில் குதிரைகளையும் துறந்துவிட்டு அருகில் வந்துவிட,

பாரி ஒரு மைக்ரோ கணம்தான் யோசித்தான்.

'மிஸ்டர் மணி, அந்த மிருகங்களின் பெயர் என்ன?'

'குதிரை.'

'121 மார்ஃப்... அதை ஸ்கான் பண்ணிட்டு மாறிடு. உன் டேட்டா வங்கியில் குதிரை இருக்கும்.'

அந்த நிமிஷத்தில் அந்த அதிசயம் நடந்தது. 121, அருகிலிருந்த அந்தக் குதிரையை தன் ஸ்கானர் மூலம் ஹோலோகிராமாக மாற்றி, வி.ஆர். என்னும் வர்ச்சுவல் ரியாலிட்டி ஆணையை வரவழைத்து, அப்துல் என்பவரின் ஐந்து குதிரைகளுடன் ஆறாவது குதிரையாக க்ஷண நேரத்தில் மாறிவிட்டது!

'121, சரியா? ஆல்ரைட்! ஆர் யூ ஆல்ரைட்?' என்றான் பாரி.

'பர்ஃபெக்ட்' என்று 121 தன் முதுகை பிட்ர பிட்ர என்று நடுங்கிக் கொண்டது. இந்த மார்ஃப் நிகழ்ந்ததை யாராலும் கவனிக்க முடியவில்லை.

'இதப் பார்றா! இப்ப இங்க இருந்துச்சு. காணாமப் போயிருச்சு! இன்னா மாயண்டா இது. ஒரு பேபி ஜாஸ்தி போட்டுட்டானா?' என்று அந்த இடத்தில் 121 இறங்கியதால் ஏற்பட்ட பள்ளத்தை எட்டிப் பார்த்துக்கொண்டு மக்கள் பேச, யாரும் பாரியைக் கவனிக்கவில்லை.

'பாரி எதுக்கும் தலையை மூடிக் கிடக்கிறது நல்லது. ஆண்டெனா தெரியுது' என்றது 121.

அவர்கள் பாரியைக் கவனிக்கும் நிலையில் இல்லை.

'எங்கடா போச்சு வண்டி!'

'பறந்து போச்சு வாத்தியாரே!'

'இப்படித்தான் எங்க நைனா சொன்னாரு. ஜப்பான்காரன் குண்டு போட்டப்ப பள்ளம் இருந்திச்சாம்.'

'கிட்ட போவாதே. சுடுது பாரு.'

பாரியும் செங்கமலமும் மணியும் ஒதுங்கி நடக்க, 'மிஸ்டர் மணி! எனக்கொரு தொப்பி வேணும். எங்க கிடைக்கும்?' என்று கேட்டான் பாரி. 'தொப்பி இருக்கட்டும், நீங்கள் யார் சார்?' என்றான் மணி நடுக்கமான குரலில்.

'நான் காண்றதெல்லாம் கனவா?' என்றாள் செங்கமலம்.

அப்துல் அந்த இடத்தைவிட்டு விலக -

'அட! வர்றதுக்குள்ள காணாமப் போயிருச்சுய்யா. கஸ்மாலம்!'

'நாளைக்கு தந்தி பேப்பர்ல வெலாவாரியா போட்டுருவான் வாத்தியாரே!'

அப்துல் தன் குதிரைகளைத் திரும்பப் பார்த்தபோது, ஓரத்தில் சற்றே கறுப்பாக ஒரு குதிரை நின்றுகொண்டிருந்தது.

'இன்னாடா கணக்கு தப்பாருக்குது? மொத்தம் எத்தனை குதிரை கொண்டாந்தேன்? சுல்தான், டேக்கா, லேக்கா, கரீம், காமாச்சி. இந்தக் கருப்பன் யாரு?'

121 'பிஹிர்ர்' என்றது. அதைத் தொட்டுப் பார்த்தான்.

‘கூட வந்திருச்சா!’

தூரத்தில் இருந்து பாரி தன் டெலிப்ராம்ப்ட் எஸ்.எஸ். ட்ரான்ஸிஸ்டரைப் போட்டு, 121-உடன் ரகசியமாகப் பேசினான்.

மற்ற பேருக்கு அந்த ‘ஸ்ப்ரெட் ஸ்பெக்ட்ரம்’ முறை கேட்காது.

‘பாரி, எப்ப மீண்டும் பழைய ஷேப்புக்கு வர்றது சொல்லு? வாலு நல்லால்லை பாரி!’

‘இப்ப வேண்டாம் 121. சந்தர்ப்பம் சரியில்லை. கூட்டம் விலகட்டும்.’

‘அதுவரைக்கும்...’

‘குதிரை போலவே நடந்துக்க.’

அப்துல் அதனருகில் வந்து ‘த்லக், த்லக், த்லக்’ என்றான்.

‘த்லக் த்லக்குன்னா என்ன அர்த்தம்?’

‘கொஞ்சறான்னு நினைக்கிறேன்.’

பாரி, மணியிடம் ‘இந்தக் குதிரைகள் எதுக்கு நண்பரே?’

‘சின்னப் பிள்ளைங்களை முதுகுமேல வச்சுக்கிட்டுப் போறதுக்கு.’

பாரி, ‘அப்படியா! நல்லது. 121! இங்கே இரு. நான் போய் ஒரு தொப்பி வாங்கிட்டு வந்துர்றேன். என் ஆண்டெனாவைப் பார்த்தா கலகம் வந்துரும்!’

‘நீயும் மார்ஃப் பண்ணிரேன்.’

‘மொத்தமே எட்டு மார்ஃப்தான் கொடுத்திருக்காங்க. வேஸ்ட் பண்ண விரும்பலை. பிற்காலத்தில் தேவைப்படும். கூட்டத்தில் யாரும் கவனிக்க மாட்டாங்க!’

‘சரி, போயிட்டு சீக்கிரம் வந்துரு. சாவி உங்கிட்டதான் இருக்கு.’

மணி, ‘சார் வாங்க’ என்றான்.

மணி, செங்கமலத்தை அழைத்து, ‘நீ என்ன பண்றேன்னா, ஐஸ் அவுஸ்ல வுட்டுர்றேன் உன்னை. அங்கிருந்து பஸ் பிடிச்சுப் போயிரு. என்ன?

பாரி அந்த வழியில நடக்க, போவோர் வருவோர் அவன் தலையையே பார்த்துக்கொண்டு சென்றனர்.

'இன்னும் ஆச்சரியம் அடங்கலை! நீங்க நிஜமாகவே வேற்று கிரகத்து மனுஷாளா?'

'நான் வேற்று கிரகம். மனுஷா இல்லை.'

'பின்ன?'

'நோரா பிரஜை. பாலிமரைஸ்ட் ஸைபோர்க்ஸி ஆர்கான் பிரஜை.'

'எதுக்காக கூலிங் கிளாஸ் போட்டுண்டு இருக்கீங்க.'

'இது கூலிங் கிளாஸ் இல்லை. விஷுவல் ஸ்பெக்ட்ரம் ட்ரான்ஸ்லேட்டர்னு மாட்டிக்கிட்டு இருக்கேன். உங்க ஊர் காட்சிங்கள்லாம் தெரிய... நாங்க பாக்கறது வேற அலைவரிசை. எக்ஸ் ரே, காமா ரே, இன்ஃப்ரா ரேன்னு, உங்க ஸ்பெக்ட்ரத்தில் எங்க சென்ஸிட்டிவிட்டி குறைவு!'

'என்ன என்னவோ பேசுறீங்களே! பயம்மா இருக்கு.'

'இது யாரு?'

'என் ஆளு.'

'ஆளுன்னா?'

'காதலி!'

'காதல்னா?'

'காதல்னா... வந்து, வந்து... ஒரு மாதிரி ஜுரம் மாதிரி!'

'உங்க வாகனம் என்ன ஆச்சு?' என்றாள் செங்கமலம்.

'மார்ஃப் ஆயிருச்சு.'

'பெல்லா, நான் ஆட்டோ பிடிச்சுப் போயிர்றேன். சார், நீங்க யாரோ, உங்களைச் சந்திச்சதில சந்தோஷம். உங்கள் தலையில கொம்பு மட்டும்தான் பார்க்க இப்ப பயமா இருக்குது. நான் வர்றேன், பை!'

'சின்னக் கொம்புதானே? முளை மாதிரி! என்ன சார்?' என்றான் மணி. 'அதையும் மூடிக்கலாம். லஸ்ல போனா நேப்பாள் தொப்பி கிடைக்கும்.'

பாரி என்கிற நோரா கிரகப் பிரஜை மயிலை லஸ் கார்னரில் ஒரு நேப்பாளத் தொப்பி வாங்கி அணிந்துகொண்டு, மணியின் ஹீரோ புக் என்னும் மொபெட்டின் பின் சீட்டில் தொத்திக் கொண்டு செல்ல, அதே சமயம் 121-ன்மேல் முதல் குழந்தை ஏற்றப்பட்டபோது அந்த விபத்து நிகழ்ந்து, இந்தக் கதையின் திசையை அபாரமாகத் திருப்பி விட்டது.

பாரிக்கு லஸ் சதுக்கத்தில் இருந்த ‘கணேசா ஸ்டோர்ஸ்... இவ்விடம் ஜட்டி, பனியன்கள் முதலியன சகாய விலைக்குக் கிடைக்கும்’ கடையில் இரண்டு சிக்கல்கள் ஏற்பட்டன. முதல் சிக்கல், அங்கே வாங்கின நேப்பாள் தொப்பிக்குப் பணம் கேட்டார்கள்.

‘பணம்னா?’ என்றான் பாரி.

கடைக்காரர் பாரியைக் கீழ்ப்பாக்கம் வஸ்துபோலப் பார்த்து, ‘என்ன சார் வெளையாடறீங்களா?’ பில்லைப் பார்த்து ‘ரூபாய் எழுபத்தெட்டு சில்லறை கொடுங்க சார்’ என்றான். ‘இல்லை, க்ரெடிட் கார்டா?’

‘க்ரெடிட் கார்டுன்னா?’

பாரி மணியைப் பார்த்து, ‘என்ன கேக்கறார் இவர்?’ என்றான்.

‘ஒங்க ஊர்ல கடை, பணம்... கிடையாதா?’

‘இல்லை, எல்லாம் ஸ்டேட் இலவசம்!’

‘எந்த ஊர் இவரு, சவூதியா?’

‘அது பெரிய கதைங்க. இவர் இப்பதான் வந்து எறங்கிருக்காரு. சார்! பாரி, இந்த ஊர்ல பைசா இல்லாம ஏதும் புரளாது. பாங்கில மாத்தறதுக்கு வெச்சிருக்கீங்களா? ட்ராவலர்ஸ் செக் ஏதாவது?’

பாரிக்கு அந்த மெக்கானன் சொன்னது ஞாபகம் வந்தது.

'எல்லாருமே சின்னச் சின்ன நீண்ட சதுரமான காயிதத்துக்கு அலையறாங்க.'

'காட்டுங்க பார்க்கலாம்' என்றான் பாரி.

'என்ன காட்டணும்?'

'பணம் எப்படி இருக்கும்னு.'

பாரியிடம் நூறு ரூபாய் நோட்டு ஒன்று காட்டப்பட்டது.

'ஓ, இதுவா?' என்று தன் பையிலிருந்து ஐந்து நூறு ரூபாய்களை உருவினான். 'இது போதுமா? இன்னும் வேணுமா?' என்றான்.

'இதில ஒண்ணு போதும். அதுக்கே பாக்கி சில்லறை தரணும்.'

மணி, 'என்ன சார் விளையாடறீங்க! பணத்தைப் பத்திரமா வெச்சுக்கணும்' என்று கீழே கிடந்த நோட்டுகளைப் பொறுக்கி பாரியின் விலாப் பக்கத்தில் திணித்தான்.

'இந்த மாதிரி நிறைய இருக்கு எங்கிட்ட' என்று மற்றொரு பையிலிருந்து மற்றும் சில நூறு ரூபாய் நோட்டுகளை உதிர்த்தான்.

கடைக்காரப் பையன் ஒருவன், இவன் பொரிகடலை போல் நூறு ரூபாய் நோட்டுகளை உதிர்ப்பதைக் கவனித்து, 'இன்னடாது, இவன் நோட்டு அடிக்கிறானா? இல்லை அர்ஷத் மேத்தா டிரைவரா?' என்று வியந்தான். பிற்காலத்தில் இந்தக் கதையில் சிக்கலை ஏற்படுத்தப் போகும் அந்தச் சிப்பந்தி.

இந்த இடத்தில் பாரிக்கு எப்படி அத்தனை நூறு ரூபாய் நோட்டுகள் கிடைத்தன என்பதை விளக்குவது கதாசிரியனின் கடமையாகிறது.

ஊருக்குப் புறப்படுமுன் பாரிக்குக் கொடுக்கப்பட்டிருந்த பல்வேறு அஸ்திர சக்திகளில் எட்டு மார்ஃபுடன், எந்த ஜடப் பொருளைப் பார்த்தாலும் இஷ்டப்பட்ட அளவுக்கு அதைப் பன்மடங்காக்கும் சக்தியும் அளிக்கப்பட்டிருந்தது. அதற்கான முன்னேற்ற டெக்னாலஜி நோரா கிரகத்தில் போன நோரா ஆண்டிலேயே கண்டுபிடிக்கப்பட்டு, நோரா பிள்ளைகள்,

'எனக்கு அது வேண்டும்; இது வேண்டும்' என்று சண்டை போடுவதை நிறுத்த, அண்ட்ரஸ் என்கிறவர் கண்டுபிடித்த 'அண்ட்ரஸ் ரெப்ளிக்கேட்டர்' என்கிற அந்த நெருப்புப் பெட்டி போன்ற வஸ்துவில் இருப்பது ஒரு 'ஸ்கானர் மாலிக்யூலர் அனலைஸர் ரெப்ளிக்கேட்டர்' என்று ப்ளாக் டயாக்ரம் போட்டுக் காட்டுவார்கள்.

இந்த முறையில் என்ன சிக்கல் என்றால், டூப்ளிக்கேட் வஸ்து சுமார் ஒரு மணி நேரம்தான் இருக்கும். மறுபடி அதன் பழைய மாலிக்யூல்களுக்கு மாறி விடும்.

பாரி இதைப் பற்றிக் கவலைப்படவில்லை. பூமியின் சட்டங்களின்படி இது குற்றம் என்பதும் அவனுக்குத் தெரிந்திருக்க நியாயமில்லை!

பாரி மீதி சில்லறையான ரூபாய் இருபத்தி ஒன்று சொச்சத்தை வெளியே வரும்போது கை நீட்டிய பிச்சைக் கரத்தில் போட்டு விட்டதை மணி பார்த்தான்.

'இவர் யாரு சார்? அரபு ஷேக்கா?'

'சார் ரொம்ப பசையுள்ளவர்போல இருக்கு' என்று சிரித்தான்.

'இந்தாங்க நீங்ககூட வெச்சுக்குங்க' என்று கொத்தாக சில நூறு ரூபாய் நோட்டுகளைக் கொடுத்து, 'ஒரு மணிக்குள்ள செலவழிச்சிருங்க' என்றான். 'இல்லைன்னா ஆவியாயிரும்!'

பாரி தலைமீது தொப்பியைப் போட்டுக்கொண்டு, எஸ்.எஸ். கம்யூனிகேட்டர் மூலம் 121-ஐக் கூப்பிட்டான்.

'121, எங்கடா இருக்கே?'

பதில் இல்லை.

'121. 121. பாரி கூப்பிடறேன், எப்படி இருக்கே?'

பதில் இல்லை.

'என்ன சார் ஒரு மாதிரி பார்க்கறீங்க' என்றான் மணி.

'என் வாகனம் 121, அதைக் கான்டாக்ட் பண்ண முடியலை கம்யூனிகேட்டர்ல.'

பாரி 121-உடன் தொடர்புகொள்ள முடியாததற்குக் காரணம், அதன் ரிசப்டரின் மேல் ரவி என்கிற சிறுவன் ஒரு சூயிங்கம் துண்டை அடைத்திருந்ததுதான்.

இதற்குக் காரணம் சொல்ல, மற்ற ஐந்து குதிரைகளுடன் ஆறாவது குதிரையாக உருமாறி சேர்ந்துகொண்டுவிட்ட 121-ஐ நோக்கி கதை சற்றே பின்செல்ல வேண்டியுள்ளது.

மார்ஃப் ஆன குதிரை 121 ஓரத்தில் 'தேமே' என்று நின்று கொண்டிருந்தாலும் அதன் வாளிப்பான தேகத்தைப் பிறரால் கவனிக்காமல் இருக்க முடியவில்லை.

மற்ற குதிரைகளின் மேல் தத்தமது குழந்தைகளை ஏற்றி விளையாட்டு காட்டவந்த பெற்றோர்கள் குறிப்பாக இந்தக் கறுப்பு குதிரையை விருப்பமாகக் கேட்டார்கள்.

121-ன் வடிவத்தில் அத்தனை சாந்தமும் லேசான புன்சிரிப்பும் அவர்களுக்குப் பிடித்துப் போயிருக்கவேண்டும். கண்களில் இலவச இணைப்பாக ஒரு பிரகாசம் இருந்தது.

அந்தப் பிள்ளைகளில் சற்றே விஷம ரவியும் இருந்தான். 121-ன் மேல் ஏற்றப்பட்டபோது அப்பையன் அண்மையில் பார்த்த வீடியோ படத்தில் சிவப்பிந்தியத் தலைவன் தன் குதிரைகள் மேல் செய்த சாகசங்கள் நினைவுக்கு வர, மென்றுகொண்டிருந்த சூயிங்கம் என்னும் ரப்பரைப் புறக்கணிக்க இஷ்டமில்லாமல் 121-ன் முதுகின்மேல் ஒட்ட வைத்து, 'சலோ சலோ' என்று அதன் பின் பக்கத்தை கிரிக்கெட் மட்டையால் பிறாண்டின இடம், 121-ன் 'இனர்ஷியல் நேவிகேட்டர்' இருந்த இடம்.

அவன் சூயிங்கம் ஒட்டவைத்த ஸ்தலம் அதன் 'ஸ்ப்ரெட் ஸ்பெக்ட்ரல் மல்ட்டி ரிஸப்டரு'க்கு இருந்த துவாரம். அது அடைபட்டு, 121-க்கும் பாரிக்கும் இருந்த கம்யூனிகேஷன் தொடர்பு அறுபட்டுப் போய்விட்டது.

ரொம்ப 'த்சொ, த்சொ'வுக்கு உரிய சமாசாரம்.

இப்போது 121-க்கும் பாரிக்கும் இடையே இருக்கும் உறவைப் பற்றி விளக்கவேண்டும். 121 என்பது நோரா கிரகத்தில் இரண்டாம் தலைமுறை ஸைபோர்க் பிரஜை. அதாவது அது ஒருவாறு உயிருள்ள மெஷின் என்று சொல்லலாம். பாரி

போன்றவர்கள் நாலாம் தள எஸ்.ஐ. அப்படி என்றால் சூப்பர் இன்டெலிஜெண்ட். 121 ஒழுங்காகச் செயல்பட பத்து காலக்டிக் விநாடிக்கு ஒரு முறை அதற்கு மேல்மட்ட பிரஜையான பாரி போன்றவர்களிடமிருந்து 'ஹெல்த் மெஸேஜ்' என்று ஒன்று வரவேண்டும். வந்தால்தான் 121 போன்ற ஸைபோர்குகளால் தொடர்ந்து கட்டுப்பட்டு இயங்க முடியும். இந்த மெஸேஜ் தவறிவிட்டால் 121 தன்னிச்சை (அட்டானமஸ்) நிலைக்குப் போய்விடும். அந்த சுய ஆட்சியில் ஒரு விதமான சுதந்தரம் கிடைத்துவிட, அது என்ன செய்யும் என்றே எதிர்பார்க்க முடியாது.

அதனால்தான் அதற்குப் பாரி போன்றவர்களிடமிருந்து திருத்தங்கள் வந்துகொண்டே இருக்க வேண்டும். இப்போது மூன்று ஆரோக்கிய மெஸேஜ்கள் பாரியிடமிருந்து வராததால் 121-க்கு முதலில் குழப்பமாக இருந்தது. அப்புறம் அதற்குத் தன்னிச்சையாக, 'நான்தான் குதிரையாச்சே, கொஞ்ச தூரம் குதிரை போல ஓடிப் பார்க்கலாமே' என்ற எண்ணம் தோன்றியது. தன்மேல் இருந்த ரவியை உதிர்த்துவிட்டு அந்தக் கடற்கரையில் தன் பிடரியைச் சிலிர்த்துக்கொண்டு ஓடிப் பார்த்தது. தக்டக் தக்டக் என்று சப்தம் பண்ணிக்கொண்டு கடற்காற்றின் சில்லும், புதிதாகக் கிடைத்த சுதந்தரத்தின் இன்பமும் 121-க்கு உற்சாகம் என்கிற அதன் டேட்டா வங்கியில் இல்லாத புது உணர்ச்சியைப் பிறப்பித்தது. ஓட ஆரம்பித்தது, உடன் பாட ஆரம்பித்தது.

சென்று போன பொய்யெல்லாம் மெய்யாக
சிந்தை கொண்டு போற்றுவாய் போ போ போ
வென்று நிற்கும் மெய்யெலாம் பொய்யாக
விழிமயங்கி நோக்குவாய் போ போ போ!

'ரவி பேட்டா, ரவி பேட்டா' என்று சேட்டு அலற, 121 ஒரு செகண்டில் கடற்கரை ஓரமாக நுரை தள்ளும் அலைகள் அருகில் உடன் தெரிந்த குதிரை பிரதிபிம்பத்துடன் பிடரி பறக்க சற்று ஓடிப் பார்த்தது.

'ஓ ஓ, இது புதிது பாரி! பாரி! என் எஜமானனே! என்ன இன்னும் உன்னிடமிருந்து ஹெல்த் மெஸேஜே வரவில்லை? பாரி, பாரி!'

இந்தப் பக்கம் பாரி, '121, 121' என்று திரும்பத் திரும்பக் கூப்பிட்டுப் பார்த்து, 'மணி, வாங்க போகலாம்' என்றான்.

'எங்க சார்!'

'எங்க தொடங்கினமோ அந்த இடத்துக்கு! என் வாகனத்தோட தொடர்பு இல்லைன்னா நான் காலி! அய்யோ, ஆர்கான் ஸ்டிக் அதுக்குள்ளதான் இருக்குது.'

'ஆர்கான் ஸ்டிக்கா?'

'மணி, உங்களுக்குச் சொன்னா புரியாது. நோராவில் நாங்கள்லாம் ஆர்கான் பிரஜைகள். அப்பப்ப ஆர்கான் கொஞ்சம் மூக்கில் வெச்சுப் பொருத்தி ஓர் இழுப்பு இழுத்தாகணும் கட்டாயம். இல்லைன்னா நாங்க ஸ்லீப் மோடுக்குப் போய்டுவோம்.'

மணிக்குப் புரிந்ததா என்பதைப் பற்றிக் கவலைப்படாமல், பாரி மணியுடைய மொபெட் வாகனத்தில ஏறிக்கொண்டு 'த்ராட்டில் எங்க இருக்கு?' என்று கேட்க, மணி அவசரமாகத் தொற்ற, திடுக்கென்று அந்த வாகனம் புறப்பட்டு வேகம் பிடித்தது.

அடுத்து ஒரு சிவப்பு விளக்கில் 'நில்லுங்க சார். நில்லுங்க!' என்று மணி கதற, நிறுத்தினான். ஒரு சிறுமி வந்து, பாரியிடம் ஒரு பழுப்புக் காகிதத்தைக் காட்ட, அதில், 'ஐயா, இந்தப் பெண் ஊமை. பிறக்கும் போதே ஊமை. தாய் தந்தை இல்லாதவள். இவளுக்கு ஏதாவது உதவி செய்யுங்கள்' என்று எழுதியிருக்க, 'இது என்ன மெஸேஜ்?' என்றான் பாரி.

'மெஸேஜ் இல்லை. பிச்சை!'

'இவங்ககிட்ட பணம் இல்லையா?' என்று தன் பையிலிருந்து மூன்று நூறு ரூபாய் நோட்டுகளை அந்தப் பெண்ணின் கையில் திணித்து, சிவப்பு பச்சைக்கு மாற, புறப்பட்டான்.

அந்தப் பெண் அந்த நூறு ரூபாய் நோட்டைப் பார்த்தும் சாலையைக் கடந்து ஓடிப் போய், 'நைனா, ஆத்தா, ஓடியாங்க' என்று தன் உற்றார் உறவினரை விளித்தாள்.

கடற்கரைக்கு வந்தபோது அப்துல்லையும் அவனுடைய ஆறு குதிரைகளையும் எங்கு தேடினாலும் காணவில்லை. மணி போவோர் வருவோரிடமெல்லாம், 'சார்! இங்கே கறுப்பா ஒரு குதிரை வந்தது. பார்த்தீங்களா?' என்று கேட்க...

'குதிரையா, பார்த்தம் வாத்தியாரே! நேரா பறந்து போச்சு மேலே!'

திசை கண்டேன்; வான் கண்டேன் ✺ 33

'அப்படியா!'

'அவனவன் பீலா விட்டுக்கிட்டு இருக்கான். பறக்கும் தட்டு வந்து பள்ளம் பண்ணிட்டதா! எல்லாரும் போய்ப் பார்க்கறாங்க. கூட்டம் அம்முது.'

121 இறங்கிய ஸ்தலத்தில் கூட்டமாகப் பேருக்குப் பேர் வியந்து பார்த்துக்கொண்டிருந்தது என்னவோ உண்மை எனினும், பாரிக்கு அதைக் கவனிக்க அவகாசமின்றி, இஷ்டமில்லாமல் சிக்கல் என்று எண்ணிக்கொண்டு தன் தொப்பியைக கழற்றி நோராவுக்கு மெஸேஜ் கொடுத்தான்.

'காலக்டிக் எஃப் ஐ ஆர். திஸ் இஸ் பாரி. ஸிட்டிஸன் நைன் ஏ.'

'என்ன பாரி எப்படி இருக்கிறது அன்னை பூமி?' என்று ஒரு செகண்டில் பதில் வந்தது.

'சிக்கல்! வாகனத்தைத் தொலைத்து விட்டேன். 121 ஸைபோர்க் இரண்டாம் மாடல்!'

'என்னது! தொலைத்து விட்டாயா? எப்படி?'

அப்போது அங்கிருந்த பலூன்காரனிடம் மணி விசாரிக்க -

'அந்தாளு பேரு அப்துல்ங்க. ஐஸ் அவுஸாண்டைதான் வாய்க்காலண்ட இருக்கறான். காட்டறேன்' என்றான்.

அதே சமயத்தில் பாரியை நோக்கி ஒரு பிச்சைக்காரப் பட்டாளமே வந்துகொண்டிருக்க, அந்தச் சமயம் மந்தைவெளி காவல் நிலைத்தில் 'கணேசா ஸ்டோர்ஸ்' முதலாளியால் ஒரு புகார் கொடுக்கப்பட்டது.

பாரியை நோக்கி ஏழை ஜனங்கள் ஓடி வந்தது, அவன் புகழ் பட்டி தொட்டிகளிலும் மீன் மார்க்கெட்டுகளிலும் வேகமாகப் பெட்ரோல் வார்த்த நெருப்புப்போல் பரவியதால்.

'சீமான்யா அவன். சும்மா நூறு ரூபாய் நோட்டா வாரி வுடறான். ட்ராமா நோட்டீஸ் கணக்கா.'

'மாலை முரசில வந்திருக்குதுப்பா.'

'என்னா போட்டிருக்கான்?'

'கடற்கரையில் பள்ளம்னு. கப்பல் வந்து எறங்கிச்சாம். பார்க்காமப் போய்ட்டமே. இவன் அதிலதான் வந்தானாம்.'

'இப்ப எங்கயாம் அந்தக் கப்பல்?'

'திடீர்னு காணாமப் போயிடிச்சாம்.'

'சும்மா பீலா வுடறாங்கப்பா. எவனோ சாமியார் பள்ளம் தோண்டி கோயில் கட்டப் பார்க்கறான்பா.'

பாரியும் மணியும் இந்தக் கூட்டத்தின் உபத்திரவத் திலிருந்து தப்பித்து ஐஸ் அவுஸைச் சார்ந்த சாலையின் பின்பக்கத்தில் சென்னை மக்கள் தம் விஸர்ஜனங்களை வெளிப்படையாகச் செய்யும் பக்கிங்ஹாம்

கால்வாயின் கரையோரம் மணக்க மணக்க இருந்த கார்மேகம் பேட்டையில் அப்துல் என்பவனைத் தேடிச் சென்றார்கள்.

அவன் அருகிலிருந்த சாராயக் கடையில் இருந்ததாகச் செய்தி கிடைத்தது.

அந்தச் சாராயக் கடைக்கு சென்று, வடை வியாபாரியால், 'அப்துல்லா அங்கருக்கறான் பாரு' என்று காட்டப்பட, அப்துல், சர்க்கார் சாஷேக்களில் கொடுத்த நெம்பர் எட்டு என்னும் சாராயப் பையை முனை கத்தரித்து வாய்க்குள் ஊற்றிக்கொண்டிருக்க, 'அப்துல் பாய்! உங்க குதிரைங்கள்லாம் எங்கே?' என்றான் மணி.

'யார்றா அவன்?' என்று அப்துல் கலங்கின கண்களுடன் சற்றே ஆடிக்கொண்டு கேட்க-

பாரி அவனிடம் சில நூறு ரூபாய் நோட்டுகளை ரெப்ளிகேட்டர் மூலம் சுடச் சுடப் போட்டுக் கொடுத்து,

'வெச்சுக்கங்க, என் குதிரை மட்டும் வேணுங்க. எங்கங்க அது?'

'உன் குதிரையா, அது என் குதிரை!'

'சரி, உன் குதிரை!'

'உன் குதிரைன்னு சொல்லாதே. எனக்குக் கோவம் வரும். சுல்தான், டேக்கா, லேக்கா, கரீம், காமாச்சி, கருப்பன் எல்லாம் என் குதிரை. கோவம் வந்தா இந்த அப்துல் என்ன செய்வான் சத்தாரு?'

'பாரு அப்துல்! நீ கோபம் வந்தா என்ன செய்வேன்னு ஆராய்ச்சி செய்ய நேரமில்லை. என் குதிரை இப்ப வேணும். அது உன் குதிரைங்களோடே கலந்து போச்சு. அதுக்கு ஹெல்த் மெஸேஜ் போகலைன்னா அட்டானமஸ் மோடுல போயிரும்.'

'இன்னா பாய், நீயும் போட்டிருக்கியா? என்ன என்னவோ பேசறியே? சத்தாரு வாங்கிக்க. சாரு நோட்டு கொடுக்கறாரு பாரு!'

மணி, 'தலை எழுத்து சார் எனக்கு இது! இந்த மாதிரி பேட்டை பக்கம் எங்க வம்சமே வந்ததில்லை.'

'க்யா பாய் அப்துல் ஐக்டா கர்த்தா ஹை? ஏ லோகு!' என்றார் சத்தார் என்ற சக குடிகாரர்.

அப்துல் அவரிடம் சென்னை தடவிய உருதுவில் பேச, 'பத்மாஷ்' என்று பாரியை மற்றொரு குடிகாரர் தாக்க வர, பாரி இன்னமும் நூறு ரூபாய் நோட்டுகளை 'இதோ, இதோ' என்று வாரிவிட, அந்த இடத்தின் அமைதி கலைக்கப்பட்டது.

நோட்டுகளைப் பொறுக்கும் வேலையில் பேட்டையே ஈடுபட, பாரி அப்துலை இழுத்துக்கொண்டு, 'குதிரையைக் காட்டு. எங்க உன் வீடு?' என்றான்.

அப்துல், 'அரச மரத்தாண்டை ரெண்டாவது வீடு.'

'அங்கதான் குதிரையெல்லாம் இருக்குதா?'

'அஆ.'

'அஆன்னா?'

'ஆமாம் என்று அர்த்தம். பாரி சார், நான் கிளம்பறேன். இந்தப் பேட்டைல கொலைகூட விழும்!'

மணி அவசரமாக அந்த இடத்தைவிட்டு விலகிச் செல்ல, பாரியை இளம் சிறார் சூழ்ந்துகொண்டு, 'அய்யா! எனக்கு நோட்டு!' என்று கேட்க, பாரியும் வள்ளலாக வழங்க, அந்த இடத்துப் பொருளாதார நிலை தலைகீழாகியது.

அப்துல்லின் வீட்டுப் பின் மரத்தடியில் அவனுடைய குதிரைகள் கண்ணில் கண்ட பொருள்களையெல்லாம் முழுமையாக ஈடுபாடில்லாமல் கடித்துக்கொண்டு நிற்க, பாரி 121-ஐத் தேடினான். சுல்தான், டேக்கா, லேக்கா, கரீம், காமாச்சி என்று பெயர் படைத்த ஐந்து குதிரைகள்தான் இருந்தன. 121-ஐ காணோம்!

அதே சமயம், போலீஸ் ஜீப் அவ்வட்டாரத்தில் நுழைந்து, 'இங்க யாருய்யா, நோட்டு கொடுக்கறானாமே ரெண்டு பேரு?'

'ஆமாங்க, அரச மரத்தாண்டை...'

ஜீப் சைரனுடன் செல்ல, அதன் முன் சீட்டில் வீற்றிருந்த இன்ஸ்பெக்டர் தெருவில் கிடந்த நூறு ரூபாயை எடுத்து ஆராய்ந்துகொண்டிருந்தார்.

'பாரி! போலீஸ்! நான் நெனைச்சேன்.'

'போலீஸ்? அவர்களைக் கேட்கலாம். என் குதிரையைத் தேடித் தருமாறு!'

'அவங்க என்னவோ பார்த்தா, நம்மை அரெஸ்ட் பண்ண வராங்கன்னு தோணுது. பாரி, என்னை மன்னிச்சுக்கங்க. உங்களுக்கு இதுக்குமேல உதவி செய்ய முடியாது. எங்க வம்சத்தில் யாரும் ஜெயிலுக்குப் போனதில்லை. அதனால...'

மணி நழுவ, மந்தைவெளி காவல் நிலைய இன்ஸ்பெக்டர் சரண்ராஜ் வந்து பாரி கையைப் பிடித்தார்.

'மிஸ்டர்! வாங்க ஸ்டேஷனுக்கு. இந்த நோட்டு நீங்கதானே கொடுத்தது?'

'ஆமாம்.'

'எல்லாம் கள்ள நோட்டு. கவுண்டர்ஃபீட்!'

'கள்ள நோட்டுன்னா?'

'இதை நீங்கதான் அச்சடிக்கிறீங்களா?'

'கடையில கேட்டாங்க. பண்ணிக் கொடுத்தேன்.'

'நல்ல உத்தேசம். வரீங்களா?'

'என் குதிரையைக் கண்டுபிடிச்சுக் கொடுப்பீங்களா, அதிகாரி?'

'தாராளமா... வாங்க போகலாம். அங்கயே தூங்கறதுக்குப் பெஞ்சி போட்டுத் தரோம்.'

பாரியை ஜீப்பில் அழைத்துச் செல்வதை மணி மரத்தின் பின்புறத்திலிருந்து பார்த்தான்.

அப்போது அவனருகே தள்ளாடிக் கொண்டு அப்துல் வர, 'யோவ்! எங்க அந்தாளு? குதிரை கேட்டானே சீமான்?'

'போலீஸ்ல அழைச்சுட்டுப் போயிட்டாங்க.'

'அவன் குதிரை அடையார் பக்கம் கடலோரமா ஓடிப் போயிருச்சு. அங்கதான் எங்கனாச்சியும் திரிஞ்சிகிட்டு இருக்கும். ஒஸ்தி குதிரைய்யா...'

'ஏன்யா இதை அப்பவே சொல்லக் கூடாதா?' என்று புறப்பட்டான்.

தன் மொபெட்டில் வீட்டுக்குப் போகுமுன், போலீஸ் ஸ்டேஷன் போய் பாரியிடம் இவ்விஷயத்தைச் சொல்லிவிட்டுப் போகலாம் என்று சென்றான்.

பாரியை போலீஸ் நிலையத்தில் ரைட்டர் ரூமுக்கு அருகில் பெஞ்சு போட்டு உட்கார வைத்து, 'ஒரு எஃப்.ஐ.ஆர். போட்டுக்க கண்ணுசாமி' என்றார் இன்ஸ்பெக்டர்.

'ஹலோ' என்று அவனருகே இருந்தவரை பார்த்து பாரி, 'நீங்க? கடையில பார்த்தேனில்லை உங்களை? இந்தத் தொப்பி கொடுத்தீங்களே.'

'ஆமாம், சாட்சாத் நானேதான் சார்! நீங்க கொடுத்த நோட்டு ஆவியாய்டுத்து. என்ன சார் மை வித்தை அது?'

'மாலிக்யூலர் டிஸ் இன்டெக்ரேஷன் ஆய்டும். அதுக்குத்தான் ஒரு மணி நேரத்தில உபயோகப்படுத்திருங்கன்னு சொன்னேனே!'

'ஏன் சார், அந்த மாதிரி நோட்டு அடிக்கிறது குற்றம்னு உங்களுக்குத் தெரியாதா?'

'தெரியாது.'

'மற்றபடி என்ன என்ன வேலை செய்றீங்க? யார்கிட்ட கத்துக் கிட்டீங்க? சர்க்காரா?'

'இது பாருங்க' என்று தன் பையிலிருந்து, நெருப்புப் பெட்டி சைஸிலிருந்த பொருளைக் காட்டி, 'ரெப்ளிகேட்டர். இதுல எதையும் ரெட்டிப்பாக்கலாம்!'

'ஆளுங்களைக் கூடவா?'

'இல்லை. ஜடப் பொருளை மட்டும். இது உங்களுக்கு வேணுமா?' என்றான் பாரி.

அந்தச் சிப்பந்தி அந்தப் பக்கம் இந்தப் பக்கம் பார்த்து, 'புடைவையைப் பண்ணுமோ?'

'எல்லாம் பண்ணும். ஆனா உங்க சமயப்படி ஒரு மணி நேரம்தான் தாங்கும். அய்யா இந்த ஊர்ல ஆர்கான் எங்க கிடைக்கும்?'

'ஆர்கானா? அப்படின்னா?'

'ஒரு வளி, கேஸ், இனர்ட் கேஸ், காத்து!'

இதற்குள் இன்ஸ்பெக்டர் சரண்ராஜ் வந்து, 'வாங்க. உங்க பேர் சொல்லுங்க?'

'பாரி.'

'அட்ரஸ்?'

'இல்லம் எண் 14362367, பகுதி 2342341365, நோரா கிரகம், ஆண்ட்ரமீடா காலக்ஸி.'

சரண்ராஜ் நிமிர்ந்து பார்த்து, 'சரிதான். இது கீழ்ப்பாக்கம் கேஸு. விளையாடாதீங்க சார். முகவரி சொல்லுங்க. சரியா!'

'இதுதான் முகவரி.'

ரைட்டர் ஆயாசத்துடன் சரண்ராஜைப் பார்க்க, 'என்னய்யா நட் கேஸெல்லாம் கொண்டு வந்து... சாவுகிராக்கி! யோவ் உன்கூட வந்தவர் பேரு சொல்லு!'

'மணி, அவர் இந்த ஊர்தான்.'

'சரி, இந்த நோட்டெல்லாம் நீதானே அடிச்சே?'

'எந்த நோட்டு?'

அவர் டிராயரைத் திறந்து பார்த்து, 'எங்கய்யா நோட்டு? இங்கிருந்ததே?'

நாம் முன்பு சொன்னபடி அந்த நோட்டுகள் அனைத்தும் மாலிக்யூலர் டிஸ் இன்டெக்ரேஷன்படி ஆவியாகிப் போயிருந்தன.

'எங்கய்யா நோட்டு!'

பாரி, 'எந்த நோட்டுன்னு சொல்லுங்க. பதில் சொல்றேன்.'

'எப்படிக் காணாமப் போயிருக்கும்? யோவ், நீ மாஜிஷியனா?'

'இல்லை. உண்மை இது. நான் நோரா கிரகத்தின் பிரஜை. உங்க கடற்கரையில் சில மணி நேரங்களுக்கு முன்னால் இறங்கினேன். மணி அதைப் பார்த்தார். என் வாகனமான 121 ஒரு குதிரையாக மார்ஃபாகி விட்டது. அதனுடன் செய்தித் தொடர்பு இல்லாத தால் சிக்கலாகி விட்டது. அதற்கு ஹெல்த் மெஸேஜ் போக வில்லை. அது தன்னிச்சையாகத் திரிந்துகொண்டிருக்க

வேண்டும். அதைக் கண்டுபிடித்தே ஆகவேண்டும். நான் இந்த கிரகத்துக்கு வந்த வேலை முடியும்வரை அதன் அமைதியைக் கலைக்கும் எந்தக் காரியமும் செய்ய மாட்டேன் என்று உறுதி கூறுகிறேன்...'

சரண்ராஜ் பாரியைப் பாதாதிகேசம் பார்த்து, 'சரிதான். முத்தின பைத்தியம்தான். ஜெயில்ல போட்டா ஆபத்து. நம்மையே பைத்தியம் ஆக்கிடும். என்னங்க சம்பந்தம்? எப்படி நான் கேஸ் எடுப்பேன். மெட்டீரியல் எவிடன்ஸே இல்லையே!'

'தொப்பி என்ன விலை?'

'எழுபத்தெட்டு ரூபா சொச்சங்க.'

'அவ்வளவுதானே? யோவ், தொப்பியைத் திருப்பிக் கொடுத்துருய்யா. சரியாப் போயிரும், ஏதோ வெளையாட்டுக்கு நோட்டு மாதிரி கண்கட்டு வித்தை காட்டியிருக்கார்!'

பாரி, 'திருப்பிக் கொடுக்கத் தயார். ஆனால், என் ஆண் டெனாவைக் கண்டு நீங்கள் அச்சப்படலாம்' என்று தன் தலைப் தொப்பியை எடுத்தான்.

அவன் தலைமேல முளைபோல் ஒரு கொம்பு பொருத்தி யிருந்ததை சரண்ராஜ் கவனித்து பிரமித்தார்.

ஆண்டெனா நுனியில் ரத்தினம் பதித்ததுபோல், ரூபி சிவப்பு ஊசிக் குத்து போல் ஒளிர்ந்தது.

'பாரி!' என்ற செய்தி அவனுக்குள் கூப்பிட்டது.

பாரி மொழியை நோராவுக்கு மாற்றிக்கொண்டு பதில் சொன்னான்.

'பதிலளிக்கிறேன்.'

'பாரி, என்ன உன்னிடமிருந்து சில பார் செகண்டுகளுக்குச் செய்தி வரவில்லை? இங்கே கவலை.'

'அய்யா, வாகனத்தைத் தொலைத்து விட்டேன். அதனால் சில சிக்கல்கள், ஒரு மார்ஃபைப் பயன்படுத்தி குதிரை என்னும் வடிவத்துக்கு மாற்றவேண்டி வந்தது. செய்தித் தொடர்பு பழுதாகி விட்டது.'

'பொறுப்பற்ற செயல். எஸ் அண்ட் ஆருக்குத் தகவல் சொல்கிறேன், காத்திரு.'

'சரி.'

பாரி, 'எங்கே சிறை? காட்டுங்கள் போய் இருக்கிறேன்!' என்றபோது, வாசலில் செங்கமலம் அவனைப் பார்க்க வந்தாள்.

மணியிடம் டாட்டா காட்டி பஸ் பிடித்து செங்கமலம் வீடு திரும்பியபோது, அவள் அம்மாவும், கார்ப்பரேஷன் நடுநிலைப் பள்ளியில் தலைமை ஆசிரியையும் ஆன திருமதி மாதவிதேவி முத்தையா (முத்தையா, கா. சென்ற கணவரின் பெயர். 'தேவி' சமீபத்தில் ப்ரமோஷன் ஆனதும் சேர்த்துக்கொண்டது), 'வா செங்கமலம்' என்று அழைத்து, 'எங்கே போயிருந்த இத்தினி நேரம்?'

'பாடம் படிக்க மாமு (செல்லப் பெயர்). வத்சலாகூட கம்பைன் ஸ்டடி பண்ண.'

'அப்படியா? வத்சலா உன்னைத் தேடிக்கிட்டு இப்பதான் வந்து போறா. இம்மாதிரி பொய் சொல்றதை நிறுத்தத்தான் ஒரு வழி பண்ணிட்டேன். நீ படிச்சது போதும். நாளைக்கு உனக்குக் கல்யாணம் நிச்சயம் பண்ணிடப் போறேன். அத்தை மகன் சுந்தரமூர்த்தி இல்லை. அவன்கூட. போட்டோ பார்த்திருக்கல்ல? ரூர்கேலால வேலைல இருக்கான், இரும்புத் தொழிற்சாலை.'

இதைக் கேட்ட செங்கமலம் அப்படியே ஸ்தம்பித்து நின்றாள். செங்கமலம் தைரியமான பெண் என்பதை, பாரி 121-ல் வந்து இறங்கினதைப் பார்த்து அவள் பயப்படாததிலிருந்து யூகித்திருக்கலாம். அவள் மனத்தில் சட் சட்டென்று எம்.டி.வி. போல எண்ணங்கள் ஓட, 'அம்மா, நாளைக்கேவா?' என்றாள்.

'ஆமாடி கண்ணு.'

'எனக்குக் கட்டிக்க உருப்படியா புடைவைகூட இல்லையேம்மா. போய் ஒண்ணு வாங்கிக்கவா? பாலியெஸ்டர் பட்டுன்னு புதுசா வந்திருக்குதும்மா. பட்டுப் புடைவை மாதிரியே...'

'அப்ப உனக்கு கல்யாணம் கட்டிக்க இஷ்டம்தானா?'

'மாமும்மா, நீங்க எனக்கு எது செய்தாலும் நல்லதுக்குத்தானே செய்வீங்க.'

மாதவி தன் பெண்ணைக் கண்ணீருடன் அணைத்து, உச்சி மோந்து விட்டு ரூபாய் ஆயிரம் ரொக்கமாகக் கொடுத்து, 'உனக்கு இஷ்டப்பட்ட புடைவையை வாங்கிக்க' என்று அனுப்பினாள்.

செங்கமலம் உடனே ஆட்டோ விளித்து, மணியைச் சந்திக்க எம்.கே. அம்மன் கோயிலுக்குச் செல்ல, நல்ல வேளை மணி பாரியை நோக்கிப் புறப்பட்டவனை அனுமன் கோவில் அருகில் மறிக்க முடிந்தது.

'மணி? ஆபத்து' என்றாள்.

'என்ன செங்கமலம்!' என்றான், ஒரு கோவில் காளையைத் தவிர்த்து.

'எனக்குக் கல்யாணம் ஏற்பாடு செய்யப் போறாங்க.'

'அப்படியா' என்றான், வாழைத்தார் சைக்கிள் ரிக்ஷாவுக்கு விலகி.

'நாளைக்கு.'

'அப்படியா' என்றான் கன்றுக்குட்டி ஒன்றை முதுகில் கும்மி.

'மணி ஏதாவது செய்தாகணும், அப்படியா அப்படியான்னு கேட்டுக்கிட்டு இருக்கிறதைத் தவிர.'

'என்னை என்ன செய்யச் சொல்ற?'

'எங்கம்மாகிட்ட உங்கம்மாவை வந்து பேசச் சொல்லு' என்றாள் ஆயாசத்துடன்.

'அய்யோ! அது நடக்காது. நில நடுக்கம் வந்துரும்.'

'அப்ப வா, ரிஜிஸ்தர் ஆபீஸ்ல கல்யாணம் பண்ணிக்கிடலாம். ரெண்டு பேரும் மேஜர்தானே?'

'அய்யோ, எப்படிச் செங்கமலம்? எனக்குப் படிப்பு இன்னும் முடியலை. எக்கனாமிக்ஸ் பார்ட் டூ இன்னும் பாக்கி இருக்கு. நான் படிச்சு பாஸ் பண்ணி வேலைக்குப் போய்...'

'அதுக்குள்ள உலகமே அழிஞ்சு போயிரும். பாரு, இப்ப என்னைத் தொட்டுட்ட. என் கற்புக்கு களங்கம் வந்தாச்சு. நான்

திசை கண்டேன்; வான் கண்டேன் ❋ 43

ஒன்னையத்தான் கல்யாணம் பண்ணி ஆகணும். நிறைய மார்னிங் ஷோவில் நிறைய விஷமம் பண்ணியாச்சு. நிறைய லெட்டர் எழுதியாச்சு. நான் சேல்ஸ் கேர்ளா சம்பாதிச்சு, ரெண்டு பேரும் ஏழையா, சந்தோஷமா ஒருத்தருக்கொருத்தர் தியாகம் பண்ணிக் கிட்டு இருக்கலாம். எனக்கு நீ தினம் சாயங்காலம் மந்தார இலைல மல்லிப் பூ மட்டும் வாங்கிக் கொடு, போதும்.'

'அய்யோ! அதெல்லாம் கதைல செங்கமலம். ஒண்ணு செய்ய லாம். இந்தாளு பாரியை போலீஸ் ஸ்டேஷன்ல அழைச்சுட்டுப் போயிட்டாங்களாம். நான் அவரைப் பார்க்கப் புறப்பட்டேன். அவர் குதிரை எலியட்ஸ் பீச்சாண்ட ஓடிப் போயிருச்சாம். அந்த விஷயத்தை அவர்கிட்ட சொல்றதுக்கு முன்னாடி அவர் கிட்டேயே உதவி கேக்கலாம், என்ன?'

எனவே, மணியும் செங்கமலமும் முன்னவரின் மொபெட்டில் காவல் நிலையத்துக்கு வந்து, செங்கமலம் நிலையத்தின் உள் நுழைந்தாள்.

'யாரும்மா, உங்கிட்டயும் நோட்டு கொடுத்தானா?'

'பாரிங்கறவரைப் பார்க்கணுங்க. வேற்று கிரகத்து ஆசாமி.'

'வேற்று கிரகமும் இல்லை. ஏதும் இல்லை. இந்தாளு ஃப்ராடு, ஒட்டடக்காரங்க ஒவராலைப் போட்டுக்கிட்டு கதை பண்றான். மாஜிஷியன் ஆசாமி. அவ்வளவுதான்.'

பாரி அவளைப் பார்த்து, 'வணக்கம், அவர் எங்கே மணி?'

'பின்னால வராரு, ஸ்கூட்டரைப் பூட்டிட்டு.'

'என் குதிரையைப் பற்றித் தகவல் தெரிந்ததா?'

'தெரிஞ்சுது' என்றான் மணி, பின்னால் வந்துகொண்டே.

'எங்கே இடம் சொல்லுங்க. ஹெல்த் மெஸேஜ் கொடுக்க வேண்டும்.'

'அந்த விஷயத்தைச் சொல்வதற்கு முன் எங்களுக்கு ஒரு சின்ன உதவி செய்யணும்.'

'மணி, தாமதிக்காமல் எண் 121 ஸ்தலத்தைச் சொல்லும். இல்லையேல்...'

'இல்லையேல்?'

பாரி தன் எச்.டி.ஆர். என்னும் ஹ்யூமன் தாட் ரீடர் சக்தியை வரவழைத்துக்கொண்டு மணியின் மண்டைமேல் நீலமாகத் தெரிந்த எண்ணப் புகையை வாசித்தான்.

'என் குதிரை எலியட்ஸ் பீச் பக்கம் போயிருக்கிறது.'

'அய்யோ, எப்படித் தெரிஞ்சது?'

'உங்கள் எண்ணங்களைப் படிக்கும் சக்தி ஒன்று இருக்கிறது.'

'அப்படியா!' என்ற செங்கமலம் அவனைப் பார்த்து 'நான் என்ன எண்ணறேன்னு சொல்லுங்க?'

'இந்தப் போலீஸ் நிலையத்தில் கல்யாணம் வைத்துக் கொள்ள முடியுமான்னு இன்ஸ்பெக்டர் சரண்ராஜைக் கேக்கணும் என்று எண்ணுகிறாய். கல்யாணம் என்றால்?'

'அய்யோ இந்தாளு கில்லாடி பெல்லா. சார் நீங்க வாங்க!'

'என் குதிரை கிடைத்ததும் உதவுகிறேன்.'

இதற்குள் பாரிக்கு நோரா தலைமையிலிருந்து செய்தி மின்னல் அடித்தது.

'பாரி! உன் வாகனம் இருக்கும் காலக்டிக்கல் கோ ஆர்டினேட்டுகளை மனத்தில் வாங்கிக் கொள். 18123245533. இதை உன் லொக்கேட்டரில் பொருத்தினால் அதைத் தொடர முடியும். இந்த மாதிரி தப்பு இனி வராமல் பார்த்துக்கொள்ளவும். நோரா திரும்பியதும் ஒரு விசாரணை இருக்கும்.

பாரி, 'வந்தனம்' என்று சொல்லி விட்டு, 'வாருங்கள்! 121-ஐப் பார்க்கச் செல்லலாம்.'

'எலியட் பீச்சுக்குப் பஸ்ல போகலாமா?'

'ஏதாவது வாகனம்! செங்கமலம். என்னுடன் வந்து வழி காட்டுகிறாயா? மணி தன்னுடைய பொம்மை வண்டியில் வரட்டும்' என்றான்.

செங்கமலமும் பாரியும் ஆட்டோவில் ஏறிக்கொள்ள, 'மீட்டருக்கு மேல் எத்தனை கொடுப்பீங்க?' என்று கேட்டார் ஆட்டோ.

பாரி ஒரு நோட்டை உருவி, 'போதுமா?' என்றான்.

'தாராளமா ஒரு க்வார்ட்டர் போட்டுட்டு வரலாம். நீ ஏறிக்க வாத்தியாரே. அம்மா நீயும் வா.'

ஆட்டோ ரிக்ஷாவில் அடையாறு கலாக்ஷேத்திரா அருகில் இறங்கிக் கொள்ள மணியும் தன் வண்டியில் துரத்தி வர, பாரி தன் லொக்கேட்டரில் நோரா தலைமையில் இருந்து கிடைத்த எண்களைப் பொருத்தி, சமுத்திரக் கரையோரம் நடந்தான்.

வெகு தூரத்தில் 121 சுற்றிச் சுற்றி நடந்து ஓடிக்கொண்டிருந்தது.

'கண்ணில் தெரிந்திடும் பொருள்களைக் கைகள் கவர்ந்திட மாட்டாவோ... லல்லல்ல்லாலல்லா...' என்று மிடுக்காக, துடிப்பாக கால் இடுக்குகளில் மணல் தெறிக்க சுற்றிச் சுற்றி வந்தது.

பாரி அதன் அருகில் சென்று அதன் முதுகின்மேல் ஏறிக்கொண்டு அதன் பின்புறத்தை ஆராய்ந்தான்.

'அதான் கோளாறு' என்று முதுகின் பின்பகுதியில் ஒட்ட வைக்கப்பட்டிருந்த சூயிங்கம்மை நீக்கி, '121. பாரி. எப்படி இருக்கே?'

'பாரி! என்னப்பா நீ! இத்தனை நேரமா மெஸேஜே வரலை! எனக்கு கைகால் பதறத் தொடங்கிவிட்டது.'

'121, நீ இல்லாம நானும் இல்லை. முதல்ல எனக்கு ஆர்கான் ஸ்டிக் வேணும்.'

'முதல்ல எனக்கு ரிஃப்ரெஷ் வேணும். டம்ப் பண்ண ஆரம்பிச்சுட்டேன்.'

பாரி அதன் கழுத்தைத் தட்டி மூன்று ரிப்ரெஷ் செய்திகள் கொடுத்ததும், தன் உள்ளிருந்து ஒரு ஆர்கான் ஸ்டிக்கைத் துப்பியது. 'இந்தா உறிஞ்சு' என்றது.

பாரி அதை அவசரமாக எடுத்து மேல்புறத் தொப்பியை நீக்கி தன் மூக்குக்குள் பொருத்தி முழுசாக மூச்சு இழுத்துக்கொண்டான்.

'அப்பாடா! அப்பாடா! இன்னும் ஒரு பூமி வாரத்துக்குக் கவலை இல்லை.'

'என்ன சார் அது. ஒங்க ஊர் ஐஸ் ஃப்ரூட்டா?' என்றான் மணி.

'ஐஸ் ஃப்ரூட்ட மூக்கு வழியாவா சாப்பிடுவாங்க?' என்று செங்கமலம் கேலி செய்தாள். 'பாரி சார். இப்ப எங்க கல்யாணத் துக்கு எப்படியாவது உதவி செய்யணும்.'

'முதல்ல கல்யாணம்னா என்னன்னு சொல்லுங்க?'

'ஒரு ஆணும் பெண்ணும் சேர்ந்து சில காரியங்களைச் செய்ய அனுமதி' என்றது 121. 'நான் லைப்ரரில படிச்சேன்.'

'விவரமாச் சொல், உங்க பிரச்சனை?'

செங்கமலம் தன் தாய் நிச்சயதார்த்தத்துக்கு ஏற்பாடு செய்திருப்பதை விவரித்துச்சொன்னாள்.

'121, என்ன செய்யலாம்?'

'முதல்ல என்னைப் பழைய வடிவத்துக்கு டி-மார்ஃப் பண்ணி விடு.'

'அது இப்போது முடியாது. உனக்காக தனிப்பட்ட கொட்டடி கிடைக்கும்வரை அதை ஒத்திப்போட வேண்டும். 121, ஒரு காரியம் செய்யேன்.'

'என்ன?'

'செங்கமலம், நீ கவலைப்படாமல் போ. நாளை உன் நிச்... அது என்ன, அதற்குள் பிரச்னை தீர்க்கப்டும்.'

'எப்படி?'

'நாளைக்கு அங்கு நானும் 121-ம் வருவோம். நான் வந்த காரியம் தாமதமாகிறது. எனக்கு இந்த நாட்டின் தலைவரைப் பார்க்க வேண்டும். அழைத்துச் செல்வாயா?'

மணிக்கு இந்த நாட்டின் தலைவர் யார் என்பது குழப்பமாக இருந்தாலும், 'சரி' என்றான், யாராவது சினிமா ஸ்டாரை அல்லது சாமியாரைக் காட்டிவிடும் நோக்கத்துடன்.

செங்கமலம், 'இந்தக் குதிரை மேல் ஏறிப் பார்க்கலாமா?' என்றாள்.

'தாராளமா' என்றது 121, சிரித்துக்கொண்டே.

'மூணு பேரும் போகலாமே' என்ற 121, மூன்று பேர் உட்காரத் தோதாக தன் நீளத்தை அதிகரித்துக்கொண்டு மடங்க, அவர்கள் மூவரும் அதன் முதுகில் ஏறிக்கொண்டு பிடித்துக்கொள்ள, 121 முதலில் கொஞ்ச தூரம் ஓடி விட்டு ஜிவ்வென்று விண்ணில் சாடியது.

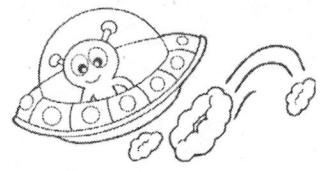

செங்கமலம் முன்னால் உட்கார்ந்து கொள்ள, பாரி அவள் பின்னாலும், அவன் பின் மணியும் உட்கார இன்னும் இரண்டு பேருக்கு குதிரைமேல் இடம் மெத்தென்று இருந்தது. செங்கமலத்தின் கூந்தல் காற்றில் அலைய, புடைவை பறக்க 'சரியா புடிச்சுக்கோ' என்றது 121. பாரி அவளை விழாமல் அணைத்துக்கொள்ள, செங்கமலம் பின்னால் பார்த்து கொஞ்சம் பயத்துடன் சிரித்தாள். அவளுக்கு இந்த 'இருக்கை ஏற்பாடு' அவ்வளவாகப் பிடிக்கவில்லை. 'பெல்லா நீ முன்னால் வந்துரேன்' என்றாள்.

மணி நெஞ்சைப் பிடித்துக்கொண்டு திகிலில் கீழே பார்க்காமல் பாரியோடு அட்டைபோல ஒட்டிக் கொண்டு 'போதும் சார்! போதும் சார்!' என்றான்.

அதற்குள் 121 இன்னும் கொஞ்சம் மேலே எவ்வியது. உடன் 'வ்ரூஊஜ்' என்று பூமியிலேயே இல்லாத சப்தம் கேட்டது.

இந்தப் பறப்புச் சாதனை 121 போன்ற டாக்கியான் விசையில் இயங்கும் வண்டிக்கு சுண்டைக்காய் பரிமாணம். மிகவும் வேகத்தைக் கட்டுப்படுத்தி குறைத்துக்கொண்டுதான் பறந்தாலும் அதுவே நூறு கிலோமீட்டர் இருந்தது. கீழே பார்த்தால் செங்கமலத் துக்குப் பயமாக இருந்தது. கரை ஓரத்தை விட்டு விலகி சட்டென்று வடக்குப்புறமாகப் போய் துறைமுகத்தில்

நுழைய காத்திருந்த ஒரு ஆயில் டாங்க்கர் கப்பலை நோக்கித் தாழ்வாகப் பறந்தது. அதன் மேல்தளத்தில் இருந்த ஒன்றிரண்டு மாலுமிகள் வியந்து கண்ணைக் கசக்கிப் பார்ப்பதற்குள் 121 மேகத்தில் மறைந்தது.

பஞ்சுப் பொதிபோல இருந்த மேகத்தின் ஊடே சென்றபோது, செங்கமலம் 'குளிருது' என்றாள். 121 தன் வாலைப் பின்னோக்கி நீட்டி சுகமாக உஷ்ணக் காற்றை வீசியது.

'மணி இதெல்லாம் நிஜமா? என்ன டாப்பா இருக்குது'' என்றாள்.

'எனக்கு ஒண்ணும் அப்படியில்லை. வெட்டி வம்பை விலைக்கு வாங்கிட்டோம்.'

121 உற்சாகத்தில் பாடியது.

கடலோடியின் சமுத்ர மனம்
திறவுரா திருக்கோயில்
துருவேறும் திருவரம்
புண்ணாகப் புழை புற்றாகும்
லிங்கமேஸ்வரன்
இசையமைக்கும் அரக்கர் கோமான்
யாழ் வெறியின் விரிகோடு
எண்களைத் தேடிப்பாடும் லேஸர் ஒளி

'என்ன பாட்டு இது?' என்றாள் செங்கமலம்.

'பொயட்ரி. 121க்கு நவீன கவிதைன்னா சபலம். 121, என்னடா பாட்டு இது?' என்றான் பாரி, ஆர்கான் குச்சியை மூக்கில் பொருத்தி ஒரு முறை உறிஞ்சிவிட்டு.

'பிரம்மராஜன் கவிதை, 'புராதன இதயம்'னு என் டிஸ்க்ல இருக்குது' என்றது.

'மணி, என்ன சார் என்னை பின்னால வச்சுட்டீங்களே. ரொம்ப அபத்திரமா இருக்கு. வால் வேற அப்பப்ப உறுத்தறது. கீழ பாக்கவே பயமா இருக்கு. சமுத்திரம்! சமுத்திரம்!'

121 கீழ்க்காணும் பாதையில் பறந்தது.

'இறங்கிடலாமா?'

'அய்யோ! எனக்கு நீச்சல் தெரியாது சார்.'

'நான் நீஞ்சறேன் மணி' என்று சட்டென்று உயரத்தைச் சரித்து 121 கடலில் இறங்கி, 'சப்ளக் சப்ளக்' என்று மிதந்தது. 'உலவும் தென்றல் காற்றினிலே' என்று செங்கமலம் பாடத் தொடங்க, பாரி அவளைக் கழுத்தில் மாலை போல் கைகளால் அணைக்க, 'சரியாப் புடிச்சுக்க. நல்லா பாடறே' என்றது 121.

'திரும்பிப் போய்விடலாம். அவாள்லாம் தேடுவா' என்றான் மணி.

'ஆமாம் மணி. எனக்கும் நிறைய வேலை இருக்கு. இந்தக் கிரகத்தின் தலைவரைச் சந்திக்கணும்.'

'கிரகத்தின் தலைவரா?' என்றான் கவலையுடன். 'அப்படி யாரும் இருக்கிறதாத் தெரியலை, விசாரிச்சுப் பார்க்கலாம்.'

121 ராயபுரம் பகுதியில் கரை சேர்ந்து முதுகை உதறி ஈரத் துளிகளை நீக்கிக்கொண்டது.

'மணி! நாளைக்கு சுந்தரமூர்த்தி என்னைப் பார்க்க வராரு. கல்யாணம் நிச்சயம் பண்ணிடப் போறாங்க. பாரி, நீங்கதான் உதவணும்.'

'என்ன செய்யணும்?'

'எப்படியாவது நிச்சயதார்த்தத்தைத் தடுக்கணும்.'

'அது நாளைக்குத்தானே. இன்னிக்குத் தலைவரைப் பார்க்க வேண்டாமா?'

பாரி, '121, நீ இங்கேயே சுத்திக்கிட்டு இரு. விசிலடிச்சா வா. நான் நோராவுக்கு ஒரு கால் போட்டுட்டு அப்படியே இந்தக் கிரகத்தின் தலைவரைப் பார்க்க ஏற்பாடு செய்துட்டு வரேன். என்ன?'

'இந்தக் கிரகத்தின் தலைவர்னு யாரும் கிடையாது சார்' என்றான் மணி.

'இல்லையே. எங்க டைரக்டரியில ஒரு பேர் இருக்குது. அது என்ன... ஐ.நா...'

'ஓ, அப்படியா! அந்தத் தலைவர் எல்லாம் வெத்து!'

'வெத்தோ இத்தோ! அந்தாளைப் பார்த்து... எனக்கு ஒரு நிமிஷ வேலைதான்.'

'என்ன?'

'ஐக்கிய காலக்ஸி விதிகளின்படி அவருக்கு ஒரு நோட்டீஸ் கொடுக்கணும். இந்தக் கிரகத்தை நாங்க அழிக்கப் போறம் இல்லையா, அதுக்குள்ள உங்க விஞ்ஞான அறிவுல ஏதாவது எடுத்து வெச்சு பத்திரப்படுத்தி வெக்கணும்னா எங்கிட்ட கொடுக்கலாம்' என்றான்.

'புரியலை, கிரகத்தை அழிக்கப்போறீங்களா?'

'ஆமாம்.'

'பூமியையா?' என்றான் புன்னகையுடன்.

'ஆமாம்.'

'சும்மா ரீலுதானே?' என்றான் பாரியின் கண்களில் வேடிக்கையைத் தேடி.

'மணி, இங்கருந்து செண்ட்ரலுக்கு ஒரு ஜே ரூட்டு இருக்குது. அதைப் பிடிச்சுட்டு எனக்கு ஒரு புடைவை வாங்கணும். பாரி சார், உங்களைத்தான் மலைபோல நம்பிக்கிட்டு இருக்கேன். 121, நீயும் வந்துடு செல்லம்.'

'நான் இல்லாம?' என்று 121 கண் சிமிட்டியது.

பாரி, 'கவலைப்படாத நீ போ. உனக்கு உதவி செய்யறேன். மணி, உனக்கு இவ இருக்கற இடம் தெரியுமில்லை?'

'தெரியும்.'

'இந்த ஐ.நா. தலைவர் எங்க இருக்கார்?'

'அமெரிக்கா, நியூ யார்க்' என்றது 121.

'சரி. நான் அங்க போய்ட்டு வந்துடறேன். 121, கோர்டினேட்ஸ் தெரியுமா?'

'தெரியும். அஞ்சு நிமிஷத்துல போயிரலாம்.'

'மணி, நான் அமெரிக்கா போய்ட்டு அந்தாளைப் பார்த்துட்டு காலைல எம்.கே. அம்மன் கோயில் மார்க்கெட்டாண்ட வரேன்.'

'பாரி, நிச்சயதார்த்தம்?'

'கவலைப்படாதேன்னு சொன்னனில்லை.'

போகுமுன் மணி, 'பாரி என்ன சொன்னீங்க? பூமியை அழிக்கப் போறீங்களா?'

'ஆமாம்.'

'எப்ப?'

'இன்னும் ரிப்போர்ட் போகணும் எங்ககிட்டருந்து. அப்புறம் ஐ.நா. பர்மிஷன் வரணும். வந்தப்புறம் ஒரு லொக்கேட்டரை இங்க எங்கயாவது மலை உச்சில வெச்சுட்டு அங்கருந்து ஒரு பிக்கோ செகண்டு பல்ஸ் கொடுத்தா போதும். ப்பஃப்... அவ்வளவுதான்!'

'பாரி, பழைய ரூபத்துக்கு மாறிடலாமா?'

'இன்னும் ஒரு நாள் நீ குதிரையா இருந்தாகணும்னு தோணுது' என்றான் பாரி. 'இவங்க கல்யாணம் முடியறவரைக்கும்.'

இருவரும் புறப்பட்டு பஸ் பிடித்துச் செல்வதைப் பார்த்ததும் பாரி 121-ன்மேல் ஏறிக்கொண்டு, 'நியூ யார்க் காலக்டிக் இருக்குதா உன்கிட்ட?'

'இருக்குது. செட் பண்ணி வச்சிருக்கேன்.'

'போகலாமா' என்றான் பாரி.

அதன் பின் சின்னதாக ஒரு பொட்டலம் வெடிக்கிறமாதிரி சப்தம்தான் கேட்டது. 121 மறைந்தது.

அட்லாண்டிக் பிரதேசத்தில் நியூ யார்க் என்னும் பகுதியில் இருந்த ஏர்லி வார்னிங் ஸ்டேஷன் ஒரு செயற்கைத் தீவில் இருந்தது. அதன் முன்னெச்சரிக்கை ரேடார் நிலையம் முதலில் அந்தச் சிறிய 'ப்ளிப்'பைக் கண்டு, 'ஏ, லுக்' என்று ஒரு ஆபரேட்டர் வியந்து அதைக் காட்ட, ஐ.எஃப்.எஃப். என்னும் கேள்வியை அனுப்பிவைத்தான்.

121 அதைப் பெற்றுக்கொண்டு, 'பாரி, நீ யாருன்னு அடையாளம் கேக்கறாங்க.'

பாரி, 'நோராவிலிருந்து ஒரு எஸ்.ஐ. நான். நியூ யார்க் நகரத்தில் ஐந்து நிமிஷ வேலை. ஐ.நா. தலைவரைச் சந்திக்கவேண்டும்' என்று செய்தி அனுப்பினான்.

இந்தச் செய்தி போனதும், 'உடனே இறங்கு. உடனே இறங்கு. திசை திரும்பி ஃப்ளாரிடா நோக்கி தெற்கு முகமாகத் திருப்பவும்.'

'லுக் அட் ஹிஸ் ஸ்பீட் ஜான்! ஸம்திங் அன்பிலீவபிள்' என்ற ஆபரேட்டரின் கை நடுங்க ஆரம்பித்தது. ரேடார் திரையில் இப்படி ஒரு எதிரொலி இவ்வளவு வேகத்தில் ஓடியதைப் பார்த்ததே இல்லை.

ஸீ.ஓ.வுக்குச் செய்தி போய் அவர் வாஷிங்டனுடன் தொடர்பு கொள்ளும் முன்னமே 121, நியூயார்க் நகருக்கு மிக அருகில் வந்து விட்டது.

'இன்டர்ஸெப்ட்! அதற்குப் பணிய மறுத்தால் சுட்டு விடவும், கடைசி எச்சரிக்கை. உடனே திசை திருப்பி தெற்கே ஃப்ளாரிடா நோக்கிச் செல்லலாம்' என்ற ஆணை பிறக்க,

'பாரி, மிஸைல் விடுவானுங்களாம். ஏவுகணை எல்லாம்!'

'அப்படியா!' என்று பாரி சிரித்தான்.

அருகாமை விமான தளத்தில் இருந்து டைட்டேனியம் உலோகத்தால் ஆன ஃபைட்டர் விமானம் நான்கு 121-ஐ நோக்கி அனுப்பப்பட்டன.

ரேடாரில் அவர்கள் அந்தக் காட்சியைப் பார்த்தார்கள்.

உலகிலேயே மிகச் சக்தி வாய்ந்த ரகசிய ஃபைட்டர் விமானம் 121-ஐ நோக்கி அனுப்பப்பட, அதன் பிம்பங்கள் 121-க்கு உடன் திரையில் தெரிய, 121-ஐ ஒரு நிமிஷத்தில் சந்திக்கப் போகுமுன் அவர்கள் அனைவரும் திரையில் கவனமாக இருந்தனர்.

'பொம்மை எல்லாம் அனுப்பிச்சிருக்காங்க பாரி. சாப்ட்ரலாமா. கொஞ்சம் வெளையாடிப் பார்க்கலாமா?'

பாரி தன்னை நோக்கி வந்த அந்த விமானங்களைப் பார்த்துச் சிரித்தான். 'ரொம்ப அடாசு, கொல்லவேண்டாம். நிறுத்திரு எஃப்ஸி போட்டு.'

121, 'ஓகே, அதுக்கென்ன!' என்று ஃபீல்டு கான்ஸலர் என்னும் ஆயுதத்தைப் பிரயோகித்தது.

சுமார் 1,400 மைல் வேகத்தில் வந்த அந்த நான்கு விமானங்களும் அப்படியே அந்தரத்தில் மென்னியைப் பிடித்தாற்போல் நின்றன.

'திஸ் இஸ் அன்பிலீவபிள்' என்றான் காப்டன் சுற்றுமுற்றும் பார்த்து.

இதற்குள் தெற்குத் திசையில் இருந்த மிஸைல் பேஸிலிருந்த ஐ.ஆர். ஏவுகணைகள் 121-ன் மேல் அனுப்பப்பட்டன.

நோரா கிரகத்து வண்டியான 121-ன் மேல் ஏவப்பட்ட நம்மூர் மிஸைல் ஏவுகணையை அதனுடன் ஒப்பிட்டால் ஒரு சிவகாசி வாணத்துக்குச் சமானம். மிஸைலின் வேகம் என்ன? சுமார் இருபத்தையாயிரம் மைல் வரை எட்டலாம். அதன் உச்ச கட்டத்தில் போகும் 121, ஒரு மூச்சு விட்டாலே அதைப்போல் பத்து மடங்கு வேகத்தை அடையக் கூடியது.

மிஸைலுக்குத் துரத்துவதற்குக் கொஞ்சமாவது உஷ்ணம் வேண்டும். இன்ஃப்ரா ரெட் கதிர்களைப் பற்றிக்கொண்டு துரத்த, அந்த நிலைக்கு வர அதனுள் இருக்கும் ரேடாரில் 121 தெரிய வேண்டும்.

இது இரண்டும் சாத்தியமில்லாமல் போக, 121-ஐ துரத்த அனுப்பப்பட்ட ஏவுகணைகள் வந்த பகுதியை நோக்கி பொதுவாக 'டெர்மினல் அனிஹிலேட்டர்' என்னும் மிகவும் பண்பட்ட அதிகக் கதிர் வீச்சைச் செலுத்த, ஏவுகணைகள் ஒரு கணத்தில் பல்லாயிரம் துகள்களாகி சிதறி ஜிலுஜிலுவென்று கடலில் உதிர்ந்தன.

இவற்றை நடுவானத்தில் நின்ற ஃபைட்டர் விமானங்களின் பைலட்டுகள் பார்த்து வாயைப் பிளந்தவர்கள், சொல்ல விரும்பிய செய்திக்குப்பதில் காற்றுதான் வெளிப்பட்டது.

121-ஐ குதிரை ரூபத்திலிருந்து நடுக் கடலிலேயே பழைய வடிவத்துக்குப் பாரி டி-மார்ஃப் பண்ணி

விட்டான். நியூ யார்க்கின் மன்ஹாட்டன் பகுதியைச் சுற்றி வந்து ஐ.நா. கட்டடத்தின் மேல்தளத்தில் ஒரு ஹெலிபாட் இருந்தது, அதில் சப்தமின்றி இறங்கினான்.

'பாரி. போய்ட்டு வா. நான் இங்கேயே இருக்கேன், காத்தாட' என்றது 121.

பாரி, லிஃப்டில் இறங்கி கீழே வந்தான்.

இடையில் அமெரிக்காவின் ஸ்ட்ராட்டஜிக் ஏர் கமாண்ட் கேந்திரத்துக்குச் செய்தி போக, வாஷிங்டனில் உடனே ஒரு அவசரக் கூட்டம் கூட்டப்பட்டது. ஐ.நா. கட்டடத்தில் அத்தனை தேசங்களின் கொடிகளும் காற்றில் ஆட, அவர்கள் பாஸ்னியா பிரச்னையைப் பற்றி ஜெனரல் அசெம்பிளியில் விவாதித்துக் கொண்டிருந்தபோது ஜப்பானிய டூரிஸ்டுகள் அடிக்கடி சிரித்தபடி போட்டோ பிடித்துக்கொண்டு உள்ளே சென்றனர்.

பாரி அவர்களுடன் செல்ல முயற்சிக்க, ஒரு குறிப்பிட்ட காவலாளியால் தடுக்கப்பட்டான்.

'யூ காண்ட் கோ இன்.'

'அவர்கள் போகிறார்களே?'

'அவர்கள் பாஸ் எடுத்திருக்கிறார்கள. மூவ் இட், மூவ் இட்.'

பாரி யோசித்தான்.

அடுத்த ஜப்பான் கூட்டம். சப்பை மூக்குடன் கண் இருக்கும் இடத்தில் லேசாக ஒரு கீறலுடன் வருபவர்களைப் பார்த்து சட்டென்று ஒரு ஜப்பானியனாக மார்ஃப் எடுத்துக் கொண்டு அவர்களுடன் உள்ளே நுழைந்தான்.

ஐ.நா. அலுவலகத்தின் ஒரு வழிகாட்டிப் பெண்மணி ஜப்பானிய பாஷையில் அவர்களை அழைத்துச் செல்ல, அவர்களுடன் நழுவி ஒரு எஸ்கலேட்டரில் திசை மாறி ஐ.நா. பொதுக் காரியதரிசியின் அலுவலகத்திற்கு வந்தான்.

முன் வாசலில் மலர்க் கொத்தருகில் இருந்த ஸ்பானிஷ் பெண், 'டூ யூ ஹேவ் அன் அப்பாயின்ட்மெண்ட்?' என்றாள்.

'இல்லை. நான் ஒரு சிறிய, அவசரச் செய்தி கொடுக்கவேண்டும். அவ்வளவே.'

அந்தப் பெண் அவனைப் புன்னகைத்து, 'இங்கிருந்து நேராகப் போனால் க்யூ டிபார்ட்மெண்ட் என்றிருக்கும். அங்கே கொடுத்தால் காகிதம் ஸ்கான் பண்ணி வரும். முதலில் காரியதரிசியால் பார்க்கப்பட்டு, முக்கியமாக இருந்தால் அது ஜீ.எஸ்ஸுக்குக் காட்டப்படும்.'

'முக்கியமான செய்திதான். இந்த உலகம் அழியப் போகிறது.'

அந்தப் பெண் அவனை நிமிர்ந்துகூடப் பார்க்காமல் 'ஃப்ராங்க், ஒன் மோர் க்ராங்க்' என்றாள்.

இதற்குமுன் ஒருவன், ஏசு கிறிஸ்துவும் கிருஷ்ணனும் வருஷப் பிறப்பன்று ஐ.நா. வந்து அங்கத்தினர்களுக்கு ஒரு செய்தி கொடுக்க விரும்புகிறார்கள் என்று அவகாசம் கேட்டிருந்தான்.

'உங்கள் பெயர்?'

'பாரி. பாருங்கள் மிஸ் பூன்ஸ்லி! நீங்கள் இதை நம்புகிறீர்களா இல்லையா என்பது பிரச்னை இல்லை. ஐக்கிய காலக்ஸி விதிகளின்படி, காலக்ஸியின் நல்வாழ்வுக்காக எந்தக் கிரகத்தையும் அழிக்குமுன் அந்தக் கிரகத்தின் தலைமைக்குச் செய்தி சொல்லவேண்டியது கட்டாயம். இல்லையெனில், எங்களுக்கு அனுமதி கிடைக்காது. முன் தகவல் சொல்லி அந்தக் கிரகத்துக்கு மாற்று ஏற்பாடுகள் செய்துகொள்ள அவகாசம் தரப்பட்ட பின்தான்.'

'ஓ.கே. ஓ.கே. இந்தப் பூமி அழியப் போகிறது. அதற்கு நான் என்ன செய்யவேண்டும்?' என்றாள் ஒரு கோக்கை உறிஞ்சிக் கொண்டு.

'இந்தக் கடிதத்தை உங்கள் தலைவரிடம் கொடுத்ததற்கு அத்தாட்சி முத்திரை வேண்டும்.'

'அதற்கென்ன, கடிதம் எழுதிக்கொடுங்கள். கொடுக்கிறேன். இந்த அலுவலகத்தில் முத்திரைகள் ஏராளம்.'

பாரி ஒரு காகிதத்தில் இவ்வாறு எழுதினான்.

பூமியின் தலைவர் அவர்களுக்கு,

என் பெயர் பாரி. நான் நோரா கிரகத்துப் பிரஜை. தாற்காலிக மாக பூமிக்கு வந்திருக்கிறேன். நாங்கள் இந்த பூமியை இடிக்கப்

போகிறோம். இன்டர் காலக்டிக் பாட்டைக்காக. அதற்கு உங்களுக்கு, ஐ.கா. விதி 324 ஏ பிரிவு 9-ன்படி நோட்டீஸ் கொடுக்கவேண்டும். உங்களுக்கு அதில் ஏதாவது ஆட்சேபணை இருக்குமெனில், இந்தக் கடிதம் கிடைத்த எட்டாவது பூமி நாளுக்குள் ஐக்கிய காலக்ஸி 26, ஆண்ட்ரமீடா கிளைத் தலமையகத்துக்குச் செய்தி அனுப்பி வைத்து ஸ்டே வாங்கிக் கொள்ளலாம். எட்டு நாட்களுக்குள் தகவல் எதுவும் கிடைக்கவில்லையெனில் நாங்கள் சம்மதம் பெற்று விட்டோம் என்று அர்த்தம்.

இப்படிக்கு
பாரி

அந்தப் பெண்மணி சிரித்துக்கொண்டே அந்தக் காகிதத்தில் ஐ.நா.வின் முத்திரை போட்டு, அதன் போட்டோ பிரதி ஒன்றைப் பாரியிடம் கொடுக்கும்போது, 'இந்த மாதிரி பிரதியெடுக்கும் இயந்திரம் உங்கள் கிரகத்தில் உண்டா?' என்று நக்கலாகக் கேட்டாள்.

அதற்குப் பாரி, 'காகிதம் மட்டுமின்றி பொருள்களையும் பிரதி எடுக்கும் இயந்திரங்களை எங்கள் குழந்தைகள்கூட வைத்திருக்கிறார்கள். ரெப்ளிக்கேட்டர் என்று பெயர்.'

அவள் சிரிப்பை அடக்க முடியாமல், 'அப்படியா? ஜப்பானியர்களில் இந்தமாதிரி கிறுக்கு ஆசாமிகள் கிடையாது என்று நினைத்தேன்.'

'நான் ஜப்பானியன் இல்லை.'

'அதான் எழுதியிருக்கிறீர்களே, நோரா பிரஜை என்று.' பாரியிடம் அருகில் இருந்த காபி மெஷினில் ஒரு கோப்பை ஊற்றிக் கொடுத்தாள்.

பாரி, 'நன்றி. நான் காபி அருந்துவதில்லை' என்று அந்தக் காகிதத்தைப் பையில் போட்டுக்கொண்டு மொட்டை மாடிக்கு வந்தான்.

121-ஐ காவலர்கள் சூழ்ந்திருந்தார்கள். அதை வலம் வந்து அது என்ன என்று புரியாமல் விழித்துக்கொண்டிருந்தார்கள். செக்யூரிட்டி தலைவருக்குச் செய்தி சொல்லி அவர் வரக் காத்திருந்தார்கள்.

'எல்லாரையும் அழித்துவிடுவதா?' என்றது 121 நோரா பாஷையில்.

'வேண்டாம். கட்டடத்துக்குச் சேதம் விளைந்து விடும். ஒன்று செய்.' பாரி சுற்றிலும் பார்த்தான். தூரத்தில் சன்னல் நிழலில் ஒரு பருந்து உட்கார்ந்திருந்தது.

'மார்ஃப்.'

121-ஐ அணுகிய ஐ.நா. செக்யூரிட்டி காவலர்கள் அந்த அதிசயத்தை யாரிடம் சொன்னாலும் நம்பப் போவதில்லை. அவர்கள் எதிரே ஒரு விநோத சுருட்டு போல் இருந்த, தன் வல, இடப் பக்கங்களில் விஸ்ஸென்று லேசாகச் சப்தமிட்டுக் கொண்டிருந்த வாகனம் அடுத்த செகண்டு காணாமல் போய் விட்டது.

அது மிக அண்மையில் சன்னலோரத்தில் வீற்றிருந்த பறவையாக மாறிவிட்டதை அவர்களால் காண, ஏன் நினைத்துப்பார்க்க இயலவில்லை. சற்று நேரம் திருதிருவென்று விழித்துவிட்டு அவர்கள் கீழே ஓடிச் செல்ல, பாரி மேல் பக்கம் வந்து ஏர்கண்டிஷனரின் கூலிங் டவர் அருகில் மறைவில் இருந்தான். 121 பருந்தாகி சற்று நேரம் பறந்து பார்த்தது.

'ரொம்ப ஷோக்கா இருக்கிறது பாரி. என் போல் நீயும் மார்ஃப் பண்ணிக்கொண்டு வாயேன். கொஞ்சம் நியூ யார்க் சுற்றிப் பார்க்கலாம். பெரிய நகரம்போல இருக்கிறது. இரண்டு உயர டவர் தெரிகிறது. நீரில் நிறைய பாலங்கள், கப்பல்கள்.'

பாரி, 'வேண்டாம், ஏற்கெனவே மூன்று மார்ஃப் முடிந்து விட்டது. பழைய ரூபத்துக்கு வா. மறுபடி சென்னை போய் அவர்களைப் பார்த்துவிட்டு லொக்கேட்டரைப் பொருத்தி விட்டுப் புறப்படவேண்டியதுதான்' என்றான்.

இப்போது அமெரிக்க ஜனாதிபதிக்கு 'மிகவும் அவசரம் - மிகவும் ரகசியம்' என்ற செய்தி ஒன்று போயிருந்தது. பாரி கொடுத்த கடிதம் ஐ.நா.வின் பட்டுவாடா பகுதிக்குச் சென்று காரியதரிசியின் நான்காம் டெபுட்டி அசிஸ்டெண்ட் செக்ரெட்டரியின் மேசைக்குச் சென்றது.

121 தன் நிஜ வடிவத்துக்கு டி-மார்ஃப் செய்துகொண்டு சென்னை நோக்கிப் புறப்படுகையில் 121-ஐப் பற்றி வாஷிங்டனிலும் வியாசர்பாடியிலும் பேசிக்கொண்டார்கள்.

முதலில் வாஷிங்டன்.

ஜனாதிபதியின் வார் ரூம் என்ற தரைக்கடியில் இருந்த கான்க்ரீட் கோட்டை போன்ற இடத்தில் முப்படைத் தலைவர்கள் அவசரமாக அழைக்கப்பட்டு, விமானப் படைத் தலைவர், 'ஜென்டில்மென்! இன்று பிற்பகல் 3.32 வாஷிங்டன் நேரத்துக்கு நியூ யார்க்கை நோக்கி அசாத்திய வேகத்துடன் ஒரு பொருள் அணுகியது என்ற தகவலும் அதன் ரேடார் பிம்பத்தின் ரீப்ளேயும் அனுப்பப்பட்டிருக் கின்றன! அதை நோக்கி பேட்ரியாட் வகை மிஸைல்கள் நான்கை அனுப்பியபோது அவை நாசமாகி இருக்கின்றன. அவர்களைத் துரத்திய ஜெட் விமான கமாண்டர் மார்க் ஆண்டர்ஸன் ஒரு விநோதமான ரிப்போர்ட்டைக் கொடுத்திருக்கிறார்...'

காகிதங்கள் சலசலக்க...

இதே நேரத்தில் வியாசர்பாடியில் செங்கமலம் தன் நிச்சய தார்த்தப் புடைவை வாங்கிக் கொண்டிருந்தபோது புடைவைக் கடையில் இரண்டு ரூபாய் காசு கொடுத்து மணியின் ஆபீஸுக்குப் போன் போட்டாள்.

'பெல்லா, அவங்க வந்துருவாங்களா, பாரியும் 121-ம்?'

'வாரேன்னு சொல்லியிருக்காங்க.'

'வீட்டில் எல்லா ஏற்பாடுகளும் நடக்குது பெல்லா. தேங்கா, வெத்தலை பாக்கு, ஆர்ய பவன்ல ஸோன்பப்டி எல்லாம் வெச்சிருக்காங்க பெல்லா. எனக்கு என்னவோ அச்சமா இருக்கு. அவங்க நம்மைக் கை விட்டுட்டாங்களோ...'

'இரேன் செங்கமலம். சாயங்காலம்வரை பார்க்கலாம். அதுக்கு மேல ஏதாவது ஆச்சுன்னா ஒரு ப்ளான் வெச்சிருக்கேன்.'

'என்ன ப்ளான்?'

'அப்புறம் சொல்றேன்.. பிரின்ஸிபால் வராரு... ச்... ச்... ச்.'

கடைசியாக ச்... ச்... ச்... என்றது டெலிபோனின் வாயைப் பொருத்திக் கொடுக்கப்பட்ட முத்தம். அது இந்த முனையில் கிர்ர்கிகாரக் என்று ஒலித்தது.

'பெல்லா, என்ன சத்தம்?'

முத்தம் என்று அவள் பின்னால் அவள் குரலே கேட்டது.

X

செங்கமலம் தன் குரலை வெளிப்புறத்திலிருந்து கேட்டதில்லை. எப்போதோ ஒரு தடவை டேப் ரெகார்டரில் அவள் ‘மங்களமான லலிதாம்பாள் சோபனம்’ பாடியிருக்கிறாள். அதைக் கேட்டதுண்டு. இருந்தும் பின்னால் ஒலித்த குரல் தன்னுடையது என்று அவளால் உடனே உணர்ந்துகொள்ள முடிந்தது.

ஆச்சரியப்பட்டாள்.

அதைவிட ஆச்சரியம். தன் எதிரே ஒரு நிலைக் கண்ணாடி நிறுத்தி வைத்திருந்ததுபோல செங்கமலம் செங்கமலத்தையே பார்த்துக் கொண்டாள்.

ஆனால், நிலைக் கண்ணாடி பிம்பம் இல்லை. கையைக் காலை ஆட்டிப் பார்த்தால் அதுவும் அனுதாபத்துக்கு ஆட்டவில்லை.

செங்கமலம் வியந்தாள்.

‘பயப்படாத. நான்தான் 121. பாரிதான் மார்ஃப் பண்ணச் சொன்னாரு. நாளைக்கு உனக்குக் கல்யாணம் ஆகப் போவுதில்லை? அதுக்காக இப்ப என்னை உன்மாதிரி மார்ஃப் பண்ண வச்சுட்டு, ஒரு நாளைக்கு கல்யாணத்தை முடிச்சு... இங்க கல்யாணத்தை நான் பார்த்துக்கறேன். நீங்க ரெண்டு பேரும், அது என்ன வட.... வட.....’

‘வடபழனி.’

'ஆமாம். அங்க காத்திருப்பாரு உன் காதலன் ம்ணி, அவரைக் கல்யாணம் பண்ணிக்கிடலாம். மாப்பிள்ளை பேர் என்ன?'

'சுந்தரமூர்த்தி.'

'சுந்தரமூர்த்தியை நான் கல்யாணம் பண்ணிக்கிடறேன். நீ மணியை. எனக்கென்னவோ உன்னை மாதிரி புத்திசாலிப் பொண்ணு மணி மாதிரி அசடைக் கல்யாணம் பண்ணிக்கிறது உத்தமமாத் தோணலை!'

'காதலுக்குக் கண்ணு கெடையாது 121. நீ குதிரையால்ல இருந்த!'

'இது நாலாவது மார்ஃப். குதிரையா இருந்தவன் நியூ யார்க்ல பருந்தா மாறினேன். அப்புறம் பாரி ஜப்பான்காரனா மார்ஃப் வாங்கிட்டான். அதுக்கப்புறம் செங்கமலம். இதான் கடைசி, இந்தக் காரியம் முடிஞ்சதும் வந்த வேலையை பார்த்துக்கிட்டு போய்க்கினே இருக்கோம். ச்சீ. மெட்ராஸ் பாஷை வந்துருச்சு! ஆமா, கல்யாணம் ஆனதும் முதலிரவுங்கறாங்களே. அது உண்டா?'

'அப்படித்தான் ஏற்பாடு செய்திருக்காங்க.'

'முதலிரவுன்னா என்ன செய்யணும்? செக்ஸுவல் இன்டர் கோர்ஸ் உண்டா?'

'ஆமாம்' என்றாள் செங்கமலம் வெட்கத்துடன்.

'பாவம் சுந்தர மாப்பிள்ளை' என்று படுக்கையில் உட்கார்ந்தது 121. 'நீ என்ன பண்ற. என் தோளைப் புடிச்சு தொத்திக்கிட்டா வடபழனி சேர்த்துர்றேன்.'

'இல்லை 121. நீ இங்கேயே இருக்கலாம். நான் பின்பக்கமாப் போயிடுறேன்.'

'சரி போய்ட்டு வா. கல்யாணம் பண்ணிக்கிட்டப்புறம் போன் பண்ணு. இல்லை. பாரிகிட்ட சொல்லு.'

செங்கமலம் கண்ணில் நீர் திரையிட, டாட்டா சொல்ல, தாய் உள்ளே நுழைகையில் 121 படுக்கையில் உட்கார்ந்திருந்தது.

'என்னம்மா கிளம்பு' என்று கேட்டாள் மாதவி தேவி முத்தையா, 'என்ன சப்தம்னு கேட்டேன்.'

'நானே எனக்கே முத்தம் கொடுத்துக்கிட்டேன்.'

'சரி. சரி. இந்தப் பைத்திய வேலையெல்லாம் செய்யாதே... முத்தம் கொடுக்க மாமன் மகன் வருவான்.'

'சரிம்மா' என்றது 121.

'காலைல சீக்கிரமே எழுந்திருச்சி எண்ணெய் ஸ்நானம் பண்ணனும். அதுக்கப்புறம் புதுசு முடிச்சுட்டு அவங்கள்லாம் பரிசம் போட வருவாங்க. அப்புறம் மாப்பிள்ளை வருவார். வேணமட்டும் முத்தம் கொடுப்பாரு, என்ன' என்று தன் கண்களைத் துடைத்துக்கொண்டு, 'உங்கப்பாதான் இல்லை.'

'அப்பா எப்படி இருப்பார்? போட்டோ இருக்கா?'

இந்த சம்பாஷணையை தன் கம்யூனிகேட்டரில் மானிட்டர் பண்ணிக்கொண்டிருந்த பாரி, செக்யூர் சானலில் 121ன் காதோரமாக.

'பாரு, அப்பா கிப்பாவெல்லாம் கொண்டு வரேன்னு ப்ராமிஸ் பண்ணிராதே.'

'இல்லை. வேடிக்கைக்குப் பார்க்கலாமே பாரி!'

'நோ ஃபன். செத்துப் போனவங்க எல்லாம் கல்யாணத்துக்கு வர மாட்டாங்க. அது இந்த ப்ளானட்ல பழக்கம் இல்லை.'

'ஏம்மா, அப்பா கல்யாணத்துக்கு வந்தா எவ்வளவு நல்லா இருக்கும்? விதி அவரைப் பறிச்சுடுச்சே, சரியா பாரி?'

'தட்ஸ் பெட்டர்.'

பாரி இந்தப்புறத்தில் மணியோடு ஆர்கான் ஸ்டிக்கை உறிஞ்சிக் கொண்டு மயிலாப்பூர் மார்க்கெட்டில் ரோஜாப் பூ மாலை இரண்டு வாங்கிக்கொண்டிருக்க, மணி 'மணீஸ் கபே'யில் போய் தன் நண்பர்களுக்கு போன் பண்ணிக்கொண்டிருந்தான்.

அந்த நண்பர்களில் ஒருத்தனுக்கு மாப்பிள்ளையான சுந்தரமூர்த்தி யின் தம்பியான மகேஷ் என்பவனின் சைடிலும் அழைப்பு வந்திருந்ததால், காலை வடபழனி கல்யாணம், மாலை அந்தக் கல்யாண ரிசப்ஷன் என்று தீர்மானித்தான்.

இதனிடையில் அமெரிக்காவில் வாஷிங்டன் வார் ரூமில், காரியங்கள் விரைவடைந்தன. 'ப்ராஜெக்ட் யு.எஃப்.ஓ' என்று பேர் கொடுக்கப்பட்ட ஒரு தனிப்பட்ட நிபுணர் குழு அமைக்கப்

பட்டு, இரண்டு தினங்களில் உலகத்தில் நிகழ்ந்த விநோதமான நிகழ்வுகள் அனைத்தையும் அலசிப் பார்க்கத் தொடங்கியது.

அதில் பிரதானமாக, 'சென்னைக் கடற்கரையில் ஒரு பள்ளம், வானத்தில் விநோதமான பொருளை மக்கள் கண்டதாக சத்தியம்' என்கிற செய்தியும் ஒன்று. அமெரிக்க டில்லி தூதரகத்துக்கு செய்தி கொடுக்கப்பட்டு சென்னை கான்ஸலுக்கு அது பிரதிபலிக்கப்பட்டு, அடுத்த பதினைந்தாவது நிமிஷத்தில் கான்ஸலைச் சேர்ந்த டேவிட் கோல்ட்மன் என்கிற அதிகாரி ஐஸ் அவுஸ் பக்கம் அதை நேரடியாகப் போய் விசாரித்து ரிப்போர்ட் கொடுக்கச் சென்றார்.

மாதவிதேவி ஏற்பாடு செய்திருந்த கல்யாண சத்திரம் சென்ட்ரல் தாண்டி ஒற்றைவாடைத் தெருவை ஒட்டிய ஏராளமான சந்துகளில் ஓர் அடர்த்தியான பகுதியில் இருந்தது. கேஸ் லைட் வைத்து பக்கத்துப் பிள்ளையார் கோயிலிலிருந்து சுமார் நூறு மீட்டர் பழைய ஆஸ்டின் ஒன்றில் பிள்ளைகள் புடைசூழ சுந்தரமூர்த்தி உற்சாகமாக பவனி ஊர்வலம் வந்தான்.

சன்னல் வழியே அதை 121 பார்த்துக்கொண்டிருந்தது; அதன் கைகளுக்கு மருதாணி இடப்பட்டது. பக்கத்தில் செங்கமலத்தின் சகாக்கள் அனைவரும் அவளைத் தொட்டுக்கொண்டு, ஒட்டிக் கொண்டிருக்க, 'கல்யாணம் ஆன கையோட முதலிரவாடி செங்கா?'

'அப்படித்தான் செல்றாங்க' என்றது 121.

'முதல் இரவுன்னா எப்படி இருக்கும்டி?'

'மறக்க முடியாதபடி.. எனக்கும் இந்த அனுபவம் புதுசில்லையா? இன்டர்கோர்ஸ் உண்டுன்னு நினைக்கிறேன்.'

'எங்களுக்கு அதைச் சொல்வியாடி?'

'சொல்வேன். எங்க ஊருக்கு வந்தா சொல்றேன். கல்யாணம் முடிஞ்ச கையோட ஊருக்குப் போயிரப் போறமில்லை.'

'இப்பவே மாப்பிள்ளை வர்றதுக்குள்ளேயே பாரு, எங்க ஊராம்' என்று அவள் கன்னத்தை இடித்தாள் சினேகிதி.

'பாரு. இப்படியெல்லாம் கன்னத்தை மட்டும் தொடாத. அங்க ஒரு சென்ஸார் இருக்கு' என்று 121 சொன்னது. கல்யாணச் சந்தடி யில் விநோதம் கவனிக்கப்படாமல் போய்விட்டது.

மாலை மாற்றிக் கொண்டார்கள். பிள்ளை வீட்டில் கொண்டுவந்த பட்டுச் சேலையும் ரவிக்கையும் 121-க்குக் கொடுக்கப்பட்டு, 'போய் உடுத்திக்கிட்டு வாம்மா' என்று அனுப்பப்பட்டு, 121 கம்யூனிக்கேட்டரில், 'பாரி, ஒரு சிக்கல். எங்கிட்ட புடைவை உடுத்தறதுக்கு அல்காரிதம் ப்ரொஸிஜர் லைப்ரரியில் இல்லை. என்ன செய்ய?'

பாரி அப்போது வடபழனியில் மணியின் அருகில் வீற்றிருந்தான்.

'மாப்பிள்ளைத் தோழன் ஏன் இப்படி தொம்மங்கூத்தாடி மாதிரி டிரஸ் போட்டுண்டு இருக்கார்!' என்று ஒரு புரோகிதர் கேட்க, மணி, 'அவர் இந்த ஊர் மனுஷர் இல்லைங்க.'

'தமிழ் பேசறாரே?'

'பேசட்டுமே. அதனால் என்ன? உம் வேலையைச் செய்யும்.'

பாரி, செங்கமலத்தை அணுகி, 'புடைவை எப்படி கட்டறதுன்னு 121 கேட்கிறது' என்று கேட்டான்.

'சித்ரான்னு ஒரு சினேகிதி இருப்பா. கட்டி விடுவா' என்றாள் செங்கமலம்.

121க்கு அந்தச் செய்தி சொல்லப்பட்டு சித்ரா என்கிற அந்தப் பெண் செங்கமலம் வடிவில் இருந்த 121-ஐத் தனி அறைக்கு அழைத்துச் சென்று, அவள் போட்டிருந்த புடைவையை உருவிப் புதுப் புடைவையை அணிவிக்கிற போது, 'செங்கமலம்! உனக்கு இங்க ஒரு தழும்பு இருக்கும். அது என்ன ஆச்சு?'

'எங்க இருக்கும்?' என்றது.

'ப்ரெஸ்டுக்குக் கீழே சுமார் ஒரு சின்ன வட்டத்தில்.'

121, 'பார்த்தா ரொம்பச் சின்னதா இருக்குமா தழும்பு.'

'ஆமாம்.'

'இப்பப் பாரு?' என்று ஒரு தழும்பு ஏற்படுத்திக் கொண்டது. 'அது வந்து ஒரு சைஸுக்குக் கீழ இருந்தா ஒலோகிராபிக் ஸ்கானர்ல மிஸ் ஆயிடும்' என்றது 121.

'ஏன் ஒரு மாதிரி பேசறே? நட்ட நடு மார்ல மச்சம் எங்க?'

'அதும் பாரு சித்ரா, ரொம்ப அவசியம்னா அதெல்லாம் வெச்சுக்க லாம். இப்ப புடைவையைக் கட்டி விடறியா. நானே கட்டிப் பேன். லைப்ரரில ப்ரொஸீஜர் இல்லை. அதனால பாரியைக் கேட்டு வைக்க வேண்டியிருந்தது.'

'ஆன்ட்டி, செங்கமலம் என்ன என்னவோ பேசறா' என்று சித்ரா எச்சரிக்கை கொடுத்தாள்.

'கல்யாணத்தின்போது அப்படித்தான் கொஞ்சம் டென்ஷனா இருப்பா. நான் அந்த வாரம் பூரா வாந்தி எடுத்துக்கிட்டு இருந்தேன். அத்தனை டென்ஷன்.'

'என்னவோ ஒண்ணும் நல்லால்லை.'

மாப்பிள்ளை சுந்தரமூர்த்தியும், மணப்பெண் 121-ம் வீட்டு தெய்வத்தை வணங்கினார்கள். சுமங்கலிப் பிரார்த்தனை பண்ணி னார்கள். பிள்ளைக்கும் பெண்ணுக்கும் நலங்கு வைத்தார்கள். சுந்தரமூர்த்தி ஒரு முறை மணப் பெண்ணின் கையைத் தொட்ட போது லேசாக ஓர் அதிர்ச்சி ஏற்பட்டது. அவன் மனசுக்குள் இன்ப அதிர்ச்சி என்பது இதுதானோ என்று நினைத்துக்கொண்டாலும் நான்-ஸ்டாட்டிக் டிஸ்சார்ஜ் என்று தெரிந்திருக்க நியாயமில்லை.

மறுதினம் காலை மூத்த சுமங்கலிகள் பொங்கல் வைக்க, தேங்காய் சுற்றப்பட்ட தாலிக் கயிறை எடுத்து அவள் கழுத்தில் கட்டியபோது 121 சுந்தரமூர்த்தியைப் பார்த்துப் புன்னகை பூத்து ஒரு கண்ணால் கண்ணடித்தபோது 'ட்வைங்க்' என்ற சப்தம் வேறு கேட்டது.

திடுக்கிட்டு அவன் இங்குமங்கும் பார்த்துக் கொண்டான். அவன் காதருகில் மெல்ல 121 முணுமுணுத்து, 'ராத்திரி உண்டில்லை?'

இதைப் பற்றி சற்றே கவலையுடன்தான் மணமகன் சுந்தரமூர்த்தி மொட்டை மாடியில் சிகரெட் பற்றவைத்து இழுத்துக் கொண்டிருக்கும்போது யோசித்தான். உள்ளே கடைசிப் பந்தி முடிந்துகொண்டிருந்தது. அறையை மல்லிகைத் தோரணங்க ளாலும் சந்தனச் சிதறல்களாலும் அலங்கரித்துக் கொண்டிருந் தார்கள். அப்போது 'பால் சாப்ட வாங்க' என்று ஒரு உப்புக் காகிதக் குரல் கேட்டது.

அந்த உப்புக் காகிதக் குரலை 121 பயன்படுத்தினால் அதில் ஏதோ செடக்ஷன் கவர்ச்சி இருக்கிறதாக லைப்ரரியில் தகவல் வைத்திருந்ததால், அதைத் தனிப்பட்ட வாய்ஸ்ட்-அன்வாய்ஸ்ட் ஸின்தஸைஸரில் கலந்து கொடுத்து 'வாரீங்களா கண்ணா' என்றபோது, அதைச் செவிமடுத்த சுந்தரமூர்த்திக்கு ஏற்பட்டது தலை நடுக்கமா, புளகாங்கிதமா தெரியவில்லை.

இருந்தும் மிகுந்த காதலுடன், 'வா செங்கமலம்! எம் பக்கத்தில் வந்து உக்காரு' என்று புதிய வெல்வெட் படுக்கையைத் தட்டி, 'காதலித்துப் பார்னு வைரமுத்து காஸெட் கேட்டிருக்கியோ நீ?' என்றான்.

'லைப்ரரில தேடணும்' என்றது செங்கமல வடிவ 121. 'அதெல்லாம் இருக்கட்டும். எப்ப செக்ஸ் வேணும் உனக்கு? சொல்லிரு. கொஞ்சம் லூப்ரிகேட் பண்ணி வெக்கணும்.'

இதைக் கேட்டு சுந்தரமூர்த்தி அதிர்ந்து, 'என்ன சொல்ற செங்கமலம்? இது ஜோக்குன்னா நல்லால்லை.'

'ஜோக்கில்லை!'

செங்கமலம் அழகான பெண் என்பதை இதுவரை எங்கே சொன்னோம் என்று ஞாபகமில்லை.

121-ன் இயந்திர மனசையே கவரக்கூடிய அழகுள்ளவள். பாரிக்கும் அந்த வடிவத்தின் ஏஸ்தடிக்ஸின் மேல் சபலம்.

அதனால்தான் அத்தனை தூரம் நோரா கிரகத்தில் இருந்து வேறு காரியமாக வந்தவர்கள் உதவி செய்துகொண்டிருக்கிறார்கள். இருவரும் சுந்தரமூர்த்தியும் மணியும் செங்கமலத்துக்கு லாயக் கற்றவர்கள் என்று அபிப்பிராயம் கொண்டிருந்தார்கள்.

இப்போது செங்கமலம் வடிவத்துக்கு மார்ஃப் ஆகியிருந்த 121 என்னும் ஐயான் எக்ஸ்சேஞ்சர் இன்டர் காலக்டிக் மாடலுடன் சுந்தரமூர்த்தி என்னும் மாப்பிள்ளைக்கு நடந்ததென்ன என்பதை சென்ஸார் மனம் நோகாமல் சொல்லவேண்டியது பண்பாடு.

செங்கமலத்தின் அந்தரங்க அமைப்பை அறிவான் சுந்தரமூர்த்தி. 'வெளக்கை அணைச்சுரலாமா?' என்றான்.

'சரி, அதனால் என்ன, எனக்கு இன்ஃப்ரா ரெட் சென்ஸர் இருக்குது' என்றது 121.

இதை முழுவதும் கவனிக்காமல் சுந்தரமூர்த்தி, 'இல்லை விளக்கு இருக்கட்டும். எனக்கு சந்தேகங்கள் எல்லாம் இருக்கு செங்கா' என்றான் விஷமமாகக் கண் சிமிட்டி.

'என்ன சந்தேகம், சொல்லு?' என்றது.

'சில அவயவங்கள் எங்கெங்கே இருக்குன்னு.'

'அவயவங்கள்? யூ மீன் பார்ட்ஸ்? அங்கங்கள், பாகங்கள்? அதுக்கென்ன, தீர்த்துட்டால் போச்சு.'

உதாரணத்துக்கு 'மூக்கு எது?' என்றான் குறும்புப் புன்னகையுடன்.

'இது' என்றாள் செங்கமலம், மூணு வயசுக் குழந்தைபோலத் தொட்டுக் காட்டி.

'கண்ணு?'

'இது கண்ணு.'

'காது?'

'கழுத்து?'

செங்கமலம் காட்ட -

'நெஞ்சு?'

'நெஞ்சுன்னா ஹார்ட்டா, மார்பா?'

'ரெண்டாவது சொன்னியே அது' என்றான், தன் கர்ச்சீப் முனையைச் சுவைத்துக்கொண்டு.

'இதான்' என்று நெஞ்சின்மேல் கை வைத்துச் சொல்ல,

'பார்க்கணுமே, மறைச்சிருக்கே' என்றான். மேற்படி கைக் குட்டையை விரலில் சுற்றித் திருகிக்கொண்டு.

'அதுக்கென்ன?' என்று உடனே தன் குங்கும நிறச் சோளியை பட்டன் பட்டனாக நீக்கிப் போட்டு, 'பார்த்துக்க உனக்குத்தான் எல்லாம்.'

சுந்தரமூர்த்தியின் நாக்கு உலர்ந்து கண்கள் ஒரு சூரிய காந்தி அளவுக்கு விரிய, 'தொட்டுப் பார்க்கணுமே' என்றான் மெதுவாக.

இதைத் தப்பாக அர்த்தம் பண்ணிக்கொண்டு 121, 'அதுக்கென்ன' என்று தன் இரண்டு மார்பையும் கழற்றி அவன் கையில் கொடுத்தது!

அந்த அறையில் கேட்ட அலறல் பக்கத்துத் தெருவில் உள்ள அனைவரையும் எழுப்பிவிட்டது.

அப்படியே சுந்தரமூர்த்தி சாய்ந்து படுத்தவன்தான். 'பாரி. ராத்திரி பூரா மூர்த்தின்னு கூப்பிடறேன். எழுந்திருக்கவே இல்லை' என்று பாரிக்கு மெஸேஜ் கொடுத்தது. 'இப்ப என்ன பண்ணறது?'

'கதவைத் தட்டித் தாய் தந்தைக்குத் தகவல் சொல்லு' என்றான் பாரி.

'என்ன ஆகியிருக்கும்? கேட்டதைத்தானே கொடுத்தேன்.'

'அப்படியெல்லாம் கழற்றியிருக்கக் கூடாது. இயற்கைக்கு விரோதம்.'

'அங்க என்ன ஆச்சு வடபழனியில?'

'இங்க நார்மலாகத்தான் முதல் இரவு நடந்துகிட்டு இருக்குது.'

'பாத்தியா, எப்படிச் செய்யறாங்கன்னு?'

'எனக்கு அதில இன்ட்ரஸ்ட் இல்லை. வெரி ப்ரிமிட்டிவ்.'

'எனக்காகப் பார்த்துக் கொஞ்சம் அஞ்சல் பண்ணேன். சும்மா ஒரு க்யூரியாஸிட்டிக்குத்தான். நேரா போனதும் புஸ்தகம் எழுதலாம்.'

'அது எதுவும் எத்திக்கலாப் படலை.'

'ப்ளானெட்டையே அழிக்கப் போறோம். இதிலே என்ன எத்திக்ஸ் பாரி?'

பாரி, 'அப்ப பாரு' என்று அந்த வடபழனி ஓட்டல் அடுத்த அறையின் காட்சிகளை மில்லிமீட்டர் அலை வரிசையில் டிஜிட்டைஸ் பண்ணி ஒற்றைவாடைத் தெரு அருகில் இருந்த அந்தச் சத்திரத்துக்கு அனுப்பினான்.

மணி படுக்கையருகே உட்கார்ந்து ஒரே ஒரு மைனர் சங்கிலி போட்டுக்கொண்டு கல்யாணத்து மாலையை ஒவ்வொரு ரோஜாவாகப் பிரித்து, படுக்கையில் தேவி போல சம்மணம் கட்டிக்கொண்டு உட்கார்ந்திருந்த செங்கமலத்துக்கு அர்ச்சனை பண்ணிக்கொண்டிருந்தான். அவ்வப்போது அவள் கால் விரல்களில் ஒன்றைச் சுவைத்துக்கொண்டும் இருந்தான்.

நிஜஸல்லாப மாதுர்ய விதிர் பர்த்ஸித கச்சப்யை
மந்தஸ்மித ப்ரபா பூர மஜ்ஜத் காமேச மனஸாயை...

'என்னது லலிதா ஸகஸ்ரநாமம் சொல்றான்' என்றது 121.

'இவங்க மனித ஜாதி. காமம் என்னும் போர்வையில் மயக்கத்தில் என்னதான் செய்வாங்கன்னு சொல்ல முடியாது. இவங்க கடவுள்களுக்கு ஏற்பட்டதை மனுஷ ஸ்துதிக்குப் பயன்படுத்து வாங்க.'

அதற்குத் தகுந்தாற்போல செங்கமலமும் கையை தேவி போல வைத்துக்கொண்டிருந்தாள்.

'ஷி இஸ் ப்யூட்டிஃபுல்' என்றது 121. 'போறதுக்குள்ள பொண்ணைக் கணக்குப் பண்ணுவம் வாத்தியாரே, எனக்கு ஒரு ஐடியா தோணுது.'

'அதெல்லாம் ஒரு ஐடியாவும் இல்லை. நீ என்ன பண்றே, விடியற வரை அந்த வடிவத்தில இருந்துட்டு அம்மாகிட்ட கொஞ்சம் அழுதுட்டு நான் சொன்ன ப்ளான்படி புகார் கொடுத்துட்டு பீச் பக்கம் அந்தப் பள்ளம் இருந்தது பாரு, அங்க வந்துரு. இங்கிருந்து கொடைக்கானல்ங்கற எடத்துக்குப் போறோம். அங்கதான் லொக்கேட்டர் வைக்கப் போறோம்.'

'அத்தனை சீக்கிரமாகவா? செங்கமலத்தை ஒரு முறையாவது...'

'ஷட் அப்' என்று பாரி தொடர்பைத் துண்டித்தான்.

அதிகாலை விடியும்முன் செங்கமலம் 121, 'அம்மா அம்மா' என்று கதவைத் தட்டியது. அதன் கை வளைகள் உடைந்திருந்தன.

'என்னடி இத்தனை சீக்கிரம்?' என்று அவள் தாய் கேட்க,

'தெரியலைம்மா, அவர் என்னவோ மலங்க மலங்கப் பண்றார். முழியே சரியில்லைம்மா. அம்மா எனக்கென்னவோ அவருக்கு ஏதோ ஃபிட்ஸ் வரும்போல இருக்கு. பயந்தாப்பல இருக்கார். சரியாச் சொல்லாம கல்யாணம் பண்ணி வச்சுட்டாங்க போலத் தான் இருக்கும்மா. எனக்கு உள்ளமெல்லாம் பதர்றதும்மா. உள்ளம் எப்படிப் பதறும் பாரி?'

'அதெல்லாம் கேக்காதே. சொல்லிக் கொடுத்ததைச் சொல்' என்று செய்தி அனுப்பினான் பாரி.

'பயப்படாதே' என்று சுந்தரமூர்த்தியை எழுப்பிப் பார்த்தார்கள், இரு தரப்புப் பெற்றோரும். சுந்தரமூர்த்தி கண்களில் அதீத பயத்துடன், 'வேண்டாம். எனக்கு வேண்டாம். எனக்குத் தொட வேண்டாம்' என்று சொல்லிக்கொண்டே இருந்தான்.

'என்ன சுந்தரமூர்த்தி?'

'கழட்டியே கொடுத்துட்டா. வேண்டாம். இப்படியா அது பொருத்தியிருக்கும்னு. இது பெண்ணில்லை. மெஷின், ஏதோ மெஷின்!'

'என்னங்க இது. நான் உங்க செங்கமலம்! வைரமுத்து கவிதை யெல்லாம் கேட்டீங்களே!'

'அய்யோ! வேண்டாம். தொடாதே' என்று சுந்தரமூர்த்தி 121-ஐக் கண்டதும் இன்னும் அலறத் தொடங்கினான். 'வாங்க, ரூர்க்கேலா போகலாம். கல்யாணம் வேண்டாம். எல்லாம், எல்லாப் பாகமும், தனித்தனியா கழட்டிக் கொடுத்துட்டா. அய்யோ, பொண்ணில்லை இது.'

'என்னப்பா சொல்ற சுந்தரு? இது நம்ம செங்கா. உன் மாமன் மக.'

'இல்லை, இல்லை. இது பிசாசு.'

செங்கமலம் தன் தாயை நோக்கி, 'இப்படியே ராத்திரிலேருந்து சொல்லிக்கிட்டு இருக்கார்மா. என்ன பண்ணுவேன்?'

செங்கமலத்தின் தாய் சுந்தரமூர்த்தியின் தந்தையிடம், 'என்னங்க, உங்க பிள்ளைக்கு முன்னமேயே இப்படி ஃபிட்ஸ் வருமா?'

'ஃபிட்ஸா! யார் சொன்னது? உங்க பொண்ணுதான் ஏதோ பயப்படுத்தியிருக்கா.'

'எம் பொண்ணுக்கு ஏதும் இல்லை. உங்க பையனுக்குத்தான்.'

'வேண்டாம். விரல் வேண்டாம். கழுத்து வேண்டாம்.'

'என்னதான் பிள்ளையப் பெத்தவங்க உறவுக்காரங்களா இருந்தாலும் இப்படியா ஏமாத்தறது?'

'யாரு ஏமாத்துனது! வாயை அடக்கிப் பேசு.'

'இப்பவும் ஏதும் ஆகலை. செங்கா. வாம்மா என்னம்மா நடந்தது?'

'ரெண்டு பேரும் கட்டிக்கிட்டு படுத்தமாம்மா? இல்லைம்மா. கிட்டவே வர மாட்டேன்னுட்டாரு. பயந்து ஒரு மூலையில உக்காந்துக்கிட்டு விடியறவரைக்கும் அங்கேயே இருக்காரு. வேண்டாம், வேண்டாம்னு சொல்றாரு. என்ன வேண்டாம்னும் சொல்ல மாட்டேங்கறாரு.'

'விரல் வேண்டாம். நகம் வேண்டாம். மூக்கு வேண்டாம். காது வேண்டாம்.'

'சுந்தரு. என்னவோ ஆவியடிச்சிருக்கு. விபூதி அடிச்சா சரியாப் போயிடும்.'

'வீட்டுக்குப் போகலாம், ரூர்க்கேலா போகலாம். கல்யாணமும் வேண்டாம் எழவும் வேண்டாம்.'

'அம்மா' என்று 121 தாய்மேல் சாய்ந்து அழுதது.

'என் செல்வமே! அழாதே. அந்தக் கல்யாணம் நடக்கலைன்னே வெச்சுக்க. வியாதிக்கார மாப்பிள்ளையை உன் தலைல கட்டறதுக்கு வந்தாங்க. தப்பிச்சம்மா.'

'யாருக்கு வியாதி? உன் புருசன்தான் வியாதி வந்து செத்தான். உன் தொல்லை தாங்காமலேயே செத்தான்!'

'பாருங்க. எனக்குக் கெட்ட கோபம் வரும். மாப்பிள்ளை குறைய மறைச்சு கல்யாணம் பண்ணி வெச்சதுக்கு கேஸ் போடலாம். அந்தாளு இம்போடெண்ட்டு!'

'அம்மா, அதுக்குத்தாம்மா மணி மாதிரி நல்ல பையனாப் பார்த்துக் கல்யாணம் செஞ்சு வைன்னு அடிச்சுகிட்டேன்மா.'

'மோசம் போனேனே, மோசம் போனேனே' என்று செங்கமலத்தை அறைக்கு வெளியே அழைத்து வந்தாள், அன்னை.

'இப்பகூட மோசம் போகலைம்மா. மணியைக் கூட்டிகிட்டு வந்துரலாம்மா.'

'என் செல்வமே, என்னாச்சு சொல்லு.'

'படுக்கைல பால் பழம் எல்லாம் நல்லாத்தானம்மா ஆரம்பிச்சது. அப்புறம் அவரு என்ன பண்ணாரு - விளக்கைப் போட்டுக்கிட்டு ஒவ்வொண்ணா காட்டுன்னாரும்மா, கண்ணு எங்க, மூக்கு எங்கன்னு காட்டினது தப்பாம்மா?'

'அதில என்ன தப்பு?'

'தொட்டுப் பார்க்கணும்னாரு. சரி, பாருங்கன்னு தந்தேன். தப்பாம்மா.'

'அதெல்லாம் சகஜம்தானே.'

'அப்ப அலறினாரு பாரும்மா.'

'கேட்டது, சென்ட்ரல் ஸ்டேஷன்ல இன்ஜின் சப்தம்னு நெனைச்சுக்கிட்டு சும்மாப் படுத்துட்டேன். அப்புறம் நீ கூப்பிடவும்தான்...'

'அப்ப மணியை, அந்த மணியைக் கூட்டி வரவா?'

அமெரிக்க கான்ஸல் அதிகாரி அப்போது ஐஸ் அவுஸ் கடற்கரைப் பள்ளத்தை 'க்ளிக்' என்று போட்டோ எடுத்து 'திஸ் இஸ் ஸ்ட்ரேஞ்ஜ்' என்று மற்றொரு கோணத்தில் போட்டோ எடுத்து அதை வாஷிங்டனுக்கு ரிப்போர்ட் அனுப்பினார்.

அதிகாலையில் பாரி கடற்கரைக்கு வந்துசேர்ந்தபோது நடக்கப் போவதை எதிர்பார்க்கவில்லை. 121 அவ் வழியே வந்ததும், அதன்மேல் ஏறிக்கொண்டு கொடைக்கானல் என்னும் இடத்துக்குப் போவதாக உத்தேசித்திருந்தான். இந்த உத்தேசம் நிறைவேறா வண்ணம் இரண்டு சமாசாரங்கள் தடுத்தன. ஒன்று, அமெரிக்க உளவகத்தில் இருந்து பாரியை பிடித்துவர அனுப்பப்பட்ட பாபாசிங் என்னும் ஒற்றன்; இரண்டு 121-ன் விபரீத ஆசை.

பாபா சிங் என்பவன் எந்தத் தேசத்தவன் என்று சொல்ல முடியாதபடி இளந்தாடியும் ரோஜா சிவப்புமாக இருக்கும் வாடகைக் கொலையாளி.

அவனுக்கு ஆளுக்குத் தகுந்தபடி ரேட் உண்டு. யாரையாவது கொல்லவேண்டும், திராவகம் வீசவேண்டும் என்று நீங்கள் தீர்மானித்தால் பாபா சிங்குக்குப் போன் போட்டால் போதும் (போன் நம்பர் கொடுப்பதற்கில்லை). பாபா சிங்கை இரானியன் என்றும் சொல்வார்கள், இஸ்ரேலியன் என்றும் சொல்வார்கள். அவன் என்ன இயனாக இருந்தாலும் சொன்ன காரியத்தைத் துப்புரவாகச் செய்யக்கூடியவன் என்பதில் ஐயப்பாடு இல்லை.

பாபா சிங்குக்கு இந்த உத்தரவு கான்ஸல் மூலம் இல்லாது அமெரிக்க உளவு ஸ்தாபனமான சி.ஐ.ஏ.

மூலம் கிடைத்தது. யாரைக் கொன்று தீர்க்கவேண்டும் என்பதற்கு சென்னை கான்ஸல் அலுவலகத்தை அணுகுமாறு பணிக்கப் பட்டிருந்தான். பாபா சிங், அண்ணா சாலையில் இருக்கும் கான்ஸல் அலுவலகத்தை நெருங்க, அவனிடம் இரண்டாம் காரியதரிசியால் ஒரு ரிப்போர்ட் கொடுக்கப்பட்டது. அதில் இவ்வாறு எழுதியிருந்தது:

விண்வெளியிலிருந்து ஓர் உயிரும் அதன் வாகனமும் சென்னைக் கடற்கரையில் இறங்கியிருக்கக் கூடிய சாத்தியக்கூறு நிச்சயம் உள்ளது. இங்கே பார்த்தவர்களைக் கேட்டதில், ஆச்சரியமான ஒற்றுமையுடன் வாகன வடிவம், வந்து இறங்கிய இடம், இவை பற்றிய வர்ணனை பலதரப்பட்ட மக்களிடமிருந்து கிடைக்கிறது. இறங்கிய இடத்தில் பள்ளமும் இருக்கிறது. அண்மையில் நியூ யார்க் பே பகுதியில் நிகழ்ந்த சம்பவங்களைப் பொருத்திப் பார்க்கும்போது இந்த விஷயம் நிஜம் என்றே முடிவெடுக்கத் தோன்றுகிறது.

எனவே இந்த ஆபத்தை முளையிலேயே கிள்ளிவிட அந்த உயிரினம் கடற்கரைக்கு வரும்போது அதைக் கொன்று விடுவது, நாட்டின், உலகத்தின் பத்திரத்துக்கு நல்லது.

'இதை யாராவது பார்த்திருக்கிறார்களா?' என்று பாபா சிங் கேட்டான்.

'பார்த்தவர்கள் சொன்னார்கள். அது சுமார் ஏழடி உயரம். தலையில் ஆண்டெனா குச்சியும் இருக்குமாம்.'

'மனுஷன்தானே?'

'மனித ஜாதியில்லை.'

'இதுவரை மனுஷர்களைத்தான் கொன்றிருக்கிறேன்.'

'ஏதாவது தனிப்பட்ட ஆயுதம் வேண்டுமா?'

'வேண்டாம், கைகள் போதும்.'

இவ்வாறு பாபா சிங் என்பவன் பாரியைக் கொன்றுவிடும் உத்தேசத்துடன் கடற்கரைக்கு வந்தது முதல் சிக்கல்.

இரண்டாவது 121-ன் சபல புத்தி.

முதலிரவின் போது செங்கமலம் ரிமோட் ஒளிக் காட்சி மூலம் படுக்கையில் புன்னகை மட்டும் அணிந்து வீற்றிருக்க, மணி அவளை தேவி உபாசனை செய்தது 121-க்கு ஒருவிதமான கிறக்கத்தை உண்டுபண்ணியிருந்தது. அந்த அனுபவம் எப்படி இருக்கும் என்று பார்க்க அதற்கு ஓர் ஆசை அல்லது ஆர்வம் ஏற்பட்டு விட்டது. எனவே அது ஒரு காரியம் செய்யத் தலைப்பட்டது. பாரியைக் கூப்பிட்டது.

'பாரி, காலையில கடற்கரைக்கு வர்றதுக்கு முந்தி ஒரு வேண்டு கோள்.'

'என்ன?'

'எனக்கு இன்னொரு மார்ஃப் வேணும்.'

'எதுக்கு?'

'அதை அப்புறம் சொல்றேன்.'

'என்னவாக?'

'மணியாக.'

'என்ன?' பாரி இப்போது புரிந்துகொண்டு, 'புரியுது, நீ என்ன விஷமம் உத்தேசமா வெச்சிருக்கேன்னு புரியுது. மணியா வேஷம் மாறிட்டு செங்கமலத்தைக் கணக்கு பண்ண உத்தேசம். அதுதானே?'

'அதில என்ன தப்பு பாரி?'

'இந்த உலகத்து விதிகளின்படி தப்பு.'

'நமக்கு இந்த உலகத்து விதிகள் செல்லாதே.'

'இருந்தாலும் ஒரு மார்ஃபை இப்படி நம்ம மிஷனுக்கு உதவாம விரயம் பண்றது நம்ம சட்டப்படி குற்றம், தண்டனை கிடைக்கும்.'

'என்ன, ஒரு வாரம் மௌனமாக இருக்கச் சொல்வாங்க. அவ்வளவுதானே பாரி?'

'இப்ப என்ன இந்த விபரீத ஆசை?'

'அந்த உணர்ச்சி எப்படின்னு எனக்குத் தெரிஞ்சாகணும்.'

'உருப்பட மாட்டே. ஊருக்குப் போனதும் உன்னை டிஸ்போஸ லுக்கு அனுப்பியே ஆகணும். ரொம்பத் தொந்தரவு உன்னோட.'

'என்ன பண்றது, சுய புத்தியைக் கொடுத்திட்டே. அதனால் சிந்தனை, ஆசை, பாசம் எல்லாம் வந்துருச்சு. 'மோகத்தைக் கொன்று விடு, அல்லால் என்றன் மூச்சை நிறுத்தி விடு' என்று இவங்க கவிஞர்களிலேயே ஒருவர் பாடியுள்ளார்.'

'இப்ப என்ன? ஒரு மார்ஃப் வேணுமா?'

'ஆமா. தயவு செஞ்சு.'

'எடுத்துக்க. காலைல அங்க வந்துரு.'

செங்கமலம் வடிவில் இருந்த 121 வெளியே வந்தபோது மாப்பிள்ளை வீட்டார் சத்திரத்தைக் காலி பண்ணிவிட்டுப் போய் விட்டார்கள். வெளியே வந்த பெண்ணை செங்கமலத்தின் தாய் பார்த்தாள்.

'மணியை கூட்டிட்டு வரியாம்மா' என்றாள் பரிவுடன்.

இப்போது 121, 'பாரி, இப்ப என்ன சொல்றது!' என்று சானலில் கேட்டது.

'சொல்றதைச் சொல்லு. சரிம்மா. அப்படியே செய்யறேன்.'

'சரிம்மா, அப்படியே செய்யறேன்.'

'மாப்பிள்ளைக்கு ஃபிட்ஸ் வந்து, அதை எங்கிட்ட மறைச்சு வச்சு... மணிதான் இந்த இக்கட்டில் இருந்து காப்பாத்தணும்.'

'சொல்லும்மா. என்ன செய்யணும்?'

'நான் கேக்கறேன். செங்கமலத்தைக் கல்யாணம் செய்துக்குவி யாப்பா நீன்னு. அதுக்கு என்ன பதில் வரும்?'

'அதுக்கென்னம்மா, கரும்பு தின்னக் கூலியா? செங்கமலம் என் கமலமில்லையா' என்றது 121, பாரி சொற்படி.

'அவனை மாதிரி இளைஞர்கள்தான் இந்தச் சமுதாயத்துக்கே வேணும்மா' என்றபோது,

'அப்ப நான் வரேன்மா. அவனக் கூட்டி வந்துர்றேன்.'

'போயிட்டு வாடி கண்ணு. கடவுள் புண்ணியத்தில் தப்பிச்ச நீ.'

121 வெளியே வந்ததும், 'பாரி, என்ன ஓட்டல் சொன்னே?' என்று ரகசிய சானலில் பாரியைக் கேட்டது.

'வெங்கடேஸ்வரா லாட்ஜ். ரெண்டு பேரும் நிம்மதியாத் தூங்கிக்கிட்டு இருக்காங்க.'

வடபழனி வெங்கடேஸ்வரா லாட்ஜுக்குச் சென்றபோது மணி களைப்புடன் படுத்திருந்தான். முகத்தில் ஒருவிதமான அசட்டுச் சிரிப்பு பாக்கியிருந்தது. அருகே செங்கமலம் சுருட்டிக்கொண்டு படுத்திருந்தாள். அப்போது ஐந்து மணி இருக்கும். மணி, 121 வந்த சப்தம் கேட்டு எழுந்துவிட்டான். அவனுக்குக் காப்பி சாப்பிட வேண்டும்போல இருந்தது. அதனால் தூக்கத்தில் இருந்த செங்கமலத்திடம், 'கதவைச் சாத்திக்க. நான் போய் ஒரு காபி அடிச்சுட்டு வர்றேன்' என்று அறையை விட்டுக் கிளம்ப -

'ம். போகாதீங்க' என்று அவனைத் தன் கைகளுக்கிடையில் கூப்பிட்டாள்.

'என்னவாம்?'

'வா, வா பெல்லா. வந்து படுத்துக்க, கட்டிக்கிட்டு.'

'வந்துர்றேன்' என்று சொல்லிச் சென்றவன், உடனே வந்து கதவைத் தட்டினான்.

'யாரு?' என்றாள் செங்கமலம்.

'நான்தான் மணி, பெல்லா கண்ணு' என்றது 121.

'அதுக்குள்ள வந்துட்டியா.'

'அதுக்குள்ள!'

செங்கமலம் கதவைத் திறக்க 121 கதவை உள்பக்கம் தாளிட்டுக் கொண்டு செங்கமலத்தருகில் வந்து உட்கார்ந்து 'இப்பதான வரேன்' என்றது.

'வா. வந்து என்னைக் கட்டிக்க மணி, பெல்லாக் கண்ணு, ஜூல் குட்டி, தேன் பாகு.'

'அதுக்கென்ன, கட்டிக்கிட்டாப் போச்சு' என்றது 121.

பிற்பாடு செங்கமலம் அப்பா என்று பெருமூச்சு விட்டு எழுந்தபோது, 'மணி, இதில் இத்தனை சமாசாரம் இருக்குதா. திகட்ட்ட்...டுது' என்றாள்.

சற்று நேரத்தில் தூங்கிப் போனாள்.

காபி குடித்துவிட்டு மணி திரும்ப வந்தபோது கதவைத் திறந்த செங்கமலம், 'எங்க, எத்தனை தடவை போய்ட்டு வருவ பெல்லா?' என்று கேட்டது மணிக்கு சற்று விநோதமாக இருந்தது.

இதனிடையில் 121 மீண்டும் கடற்கரைக்கு வந்துவிட்டது.

'என்ன எப்படி இருந்தது அனுபவம்?'

'சூப்பர் பாரி. நீ அதை ஒரு முறை ட்ரை பண்ணிப் பாரு.'

'எனக்கு இந்த அனுபவம் எப்பவோ ஆயிருச்சு. முதல்ல இந்த மணி உருவத்தை மாத்தி டி-மார்ஃப் பண்ணிக்க' என்று சொல்லத் தான் விழைந்தான் பாரி. ஆனால், விதி விளையாடி விட்டது.

இப்போது அவர்களைத் தூரத்தில் இருந்து கவனித்துக் கொண்டிருந்த பாபா சிங் அவர்களை அணுகினான்.

'மிஸ்டர்! மாட்சஸ் இருக்குமா?'

'ஸாரி. நான் சிகரெட் குடிக்கிறதில்லை.'

'அப்ப நீங்க உறிஞ்சுகிறீங்களே. இது என்ன?'

'ஆர்கான் ஸ்டிக்.'

பாபா சிங் அதைச் சட்டென்று பிடுங்கியதுமல்லாமல் மணியின் வடிவிலிருந்த 121-ஐ சட்டென்று ஒரு பிச்சுவா கத்தி வைத்துக் கழுத்தில் பதித்தான். இதற்குப் பாரி தயாராக இல்லை.

'ஓர் அடி எடுத்து வச்சே. இந்தாளு காலி, செத்தான்!' என்றான்.

பாரிக்கு அது கொஞ்சம் சங்கடமான வேளை. ஆர்கான் உறிஞ்ச வேண்டிய வேளை. அது இன்னும் பத்து செகண்டுக்குள் உறிஞ்சப்படாவிட்டால், பாரி ஸ்லீப் மோடில் போய் விடுவான். அதன் விளைவாக 121-ம் ஸ்லீப் மோடுக்கு நழுவிவிடும்.

'விளையாடாதப்பா, கொடுத்துரு.'

'மாட்டேன்.'

'அட, கொடுன்னா' என்றான்.

பாரிக்கு தன் சூப்பர் சிந்தனைகளை ஒழுங்குபடுத்தவேண்டிய வேளையும் கட்டாயமும் வந்து விட்டது. அதற்கு அவன் ஆர்கான் உறிஞ்சியே ஆகவேண்டும். மிக மிக சக்தி வாய்ந்த 121-ஐ பழைய வடிவத்துக்கு மாற்ற அதற்கு டி-மார்ஃப் ஆணையும் பாரிதான் கொடுக்கவேண்டும். அதுவரை 121 மணி ரூபத்தில்தான் இருந்தாகவேண்டும்.

சிக்கல்! இடையே இரக்கமற்ற பாபா, மணியின் கழுத்தில் கத்தியை வைத்துக் கீற, உள்ளே இருந்து வெளுப்பாகத் திரவம் வழிந்தது.

அது 121-ன் பாலிசின்த் என்னும் திரவம்.

'பாரி! ஏதாவது செய் பாரி! பாரி! ஏன் பேச மாட்டேங்கறே? என் ஹைட்ராலிக்ஸ் பாழாயிருக்கும்!'

'ஆர்கான், ஆர்கான்' என்றான் பாரி.

'யோவ். அந்தக் குச்சியை அவன்கிட்ட கொடுத்துருய்யா. அது இல்லைன்னா அவனால் செயல்பட முடியாது!' என்று நிஜத்தைச் சொன்னது 121.

'அப்படியா சேதி' என்று பாபா சிங் என்னும் கெட்டகாரியன் அந்த ஆர்கான் ஸ்டிக்கை தன் பனியனுக்குள் பத்திரப்படுத்தி வைத்தான்.

ஆர்கான் ரிஃப்ரெஷ் கிடைக்காமல் பாரி தடுமாறித் தடுமாறி பாபா சிங்கை அணுக, அவன் லேசாக பாரியின் மண்டையில் தட்ட-

பாரி ஸ்லீப் மோடில் நழுவி விழுந்தான்.

பீச் மணலில் அவன் விழுவதைப் பார்த்து மணி வடிவத்தில் இருந்த 121-ம் அங்கேயே படுத்துக்கொண்டு தன் உள்ளுக்குள் உள்ள ஞாபகச் சில்லுகளையெல்லாம் ஒரு முறை புதுப்பித்துக் கொண்டு உறக்க நிலைக்குக் கொண்டுவந்து ஆழ்நிலை தியானத்தில் அமிழ்ந்தது.

XX

பாரியும் 121-ம் இருவருமே ஸ்லீப் மோடில் போனதும் ஏறக்குறைய ஜடப் பொருள்கள் ஆனார்கள்.

அவர்களை அவ்வாறு வீழ்த்திய கெட்டகாரியன் பாபா சிங் காலால் பாரியை நிரடிப் பார்க்க, பாரி அந்த நிரடலுக்குத் தக்கவாறு ஆட, 'செத்துட்டாண்டா' என்றான் பொதுவாக.

அப்போது கான்ஸலிலிருந்து ஒரு ஸி.ஸி. கார் வந்து நின்றது. அதனுடன் ஒரு பிக்-அப் வகை வண்டியும் வர, அடுத்த பத்தாவது நிமிஷத்துக்குள் பாரியும் 121-ம் பெயர் தெரியாத இடத்துக்குக் கொண்டு செல்லப் பட்டார்கள்.

இதனிடையில் நம் கதாநாயகன் மணியும் நாயகி செங்கமலமும் முதலிரவை முடித்துக்கொண்டு அந்த ஓர் அனுபவத்தைப் பற்றிப் பேசிக்கொண்டிருந்த போது, ஒரு வாக்கியம் மணிக்கு விரோதமாக இருந்தது.

அந்த வாக்கியம் இதுதான்.

'நல்லாவே இருந்தது பெல்லா, அதுவும் ரெண்டாவது தடவை காலைல.'

'ரெண்டாவது தடவையா?'

'ஆமாம், அதான் நீ காபி சாப்பிடப் போறன்னுட்டு உடனே வந்து சேர்ந்தே பாரு. அப்ப நடந்தது இன்னும் நல்லா இருந்தது.'

'நான் காபி சாப்பிடப் போய் திரும்ப வந்தனா என்ன?'

'ஆமாம். பின்ன?'

எதற்கு ஆரம்ப நாளிலேயே அபிப்பிராய பேதம் என்று மணி சும்மா இருந்துவிட்டாலும், தக்க சமயத்தில் அதை விசாரிக்க வேண்டும் என்று தீர்மானித்தான். அவன் மண்டைக்குள் சின்ன உறுத்தல்.

பாரியும் 121-ம் ஒரு கோடவுனுக்குக் கொண்டு செல்லப்பட்டார்கள். வாஷிங்டனுக்கும் சென்னைக்கும் நிறைய செய்திப் பரிமாற்றங்கள் நிகழ்ந்ததும் அவசர அவசரமாக டில்லி எம்பஸி மூலம் ஒரு சி 40 விமானம் சென்னை காமராஜ் விமான நிலையத்தில் இறங்க அனுமதி கொடுக்கப்பட்டது. அந்த விமானம் சில மணி நேரங்களில் வந்திறங்கியது.

121-ம் பாரியும் இன்னும் ஸ்லீப் மோடில் தூக்கம் போலத்தான் படுத்திருந்தார்கள். அவர்கள் பரிபூரணமாக மூடிய ஆம்புலன்ஸ் வண்டி ஒன்றில் விமானத்துக்கு மாற்றப்பட்டார்கள். இது பூமியில் நிகழ்ந்தது.

இதே சமயம் நோரா நேரம் 36:18-க்கு பாரியிடமிருந்து ஹெல்த் மெஸேஜ் வராத காரணத்தால் அந்த கிரகத்தைச் சேர்ந்த விஞ்ஞானிகளின் அவசரக் கூட்டம் கூட்டப்பட்டது.

நோராவில் யாரும் அதிகம் பேசுவதில்லை. ஒரு வி.வெ. பயணியிடமிருந்து சிறப்பான நேரத்தில் ஆட்டோ செய்தி வரவில்லை என்றால் துரித கால சேவைப் பிரிவுக்குத் தகவல் சென்று அவர்கள் உடனே கூடி அடுத்து நடக்கவேண்டிய காரியத்தைப் பார்ப்பார்கள். வளவளவென்று பேச மாட்டார்கள். அதுவும் பாரியின் மிஷன் முக்கியமானது. அதனால் உடனே செய்யவேண்டியதைக் கவனித்தார்கள்.

ரெட் அலர்ட் நிலைக்குப் பாரி வந்துவிட்டால் அவனைக் காப்பாற்ற மற்றொரு கப்பல் அனுப்பவேண்டும். அதற்கு உபகுப்தர் என்ற சிறு கடவுளைத் தேர்ந்தெடுத்தார்கள்.

இந்த உபகுப்தரை முன்னமே சந்தித்திருக்கிறோம். அவருக்கும் பாரிக்கும் சின்னத் தகராறு வந்தது வாசகர்களுக்கு நினைவிருக்க லாம்.

உபகுப்தர் சந்தோஷமாக, பாரியை 'காப்பாற்ற' வண்டி எடுத்துக் கொண்டு புறப்பட்டார்.

அதற்கு முன் பாரியை உசுப்ப இரண்டு முறைகள் பயன்படுத்தப் பட்டன. பாரியுடன் மற்ற தொடர்பும் கிடைக்காவிட்டால் அகில காலக்ஸியின் ஆபத்துக்கால ஒரு மில்லிமீட்டர் அலைவரிசையில் ஒரு ஸ்டாக் செய்தி அனுப்பி பாரியின் மண்டையைத் திறக்க முயற்சி செய்து பார்த்துவிட்டுக் கூப்பிட்டார்கள்.

'பாரி! பாரி!'

இது பாரியின் மண்டைக்குள் எங்கேயோ ஒலித்தபோது பாரி அட்லாண்டிக் மகா சமுத்திரத்தில் அமெரிக்க மிலிட்டரி விமானத் தில் இருந்தான். விஞ்ஞானிகளும் டாக்டர்களும் சூழ்ந்து கொண்டு பாரியையும், 121-ஐயும் ஆராய்ச்சி செய்யத் தொங்கி விட்டார்கள்.

முதலில் மூச்சு இருக்கிறதா என்று பார்த்தார்கள். இருப்பதாகத் தெரியவில்லை. மார்பில் கை வைத்துப் பார்த்தபோது நிசப்தமாக இருந்தது. பின் ஒரு சின்ன ஸ்கால்பெல் கத்தி வைத்து 121-ஐ கீறிப் பார்த்தார்கள். (121, மணி வடிவத்தில் இருப்பது நினைவிருக்க லாம்.)

இவ்வாறு கீறினதில் மஞ்சளாக சிலிக்கோன் திரவம்தான் கொழகொழவெனக் கசிந்தது.

பாரியையும் கீறிப் பார்த்ததில், எதுவும் வழியவில்லை. அப்புறம் அந்த ஆர்கான் ஸ்டிக்கைப் பற்றிய பேச்சு வந்தது. பாபா சிங் அதை அவர்களிடம் ஒப்படைத்துவிட்டு, 'இதை அடிக்கடி மூக்கில் வைத்து உறிஞ்சிக்கொண்டிருந்தான்' என்று சொல்லி யிருந்தான்.

அதை ஒரு விஞ்ஞானி பரிசோதித்துப் பார்க்கும் நோக்கத்துடன் அந்தக் குச்சி போன்ற வஸ்துவை பாரியின் மூக்கில் காட்டினார். பாரிக்கு ஒரு ரிஃப்ரெஷ் கிடைத்தவுடனே கண் விழித்தான். அப்போது விமானத்தில் சலசலப்பு ஏற்பட்டது.

'விழித்து விட்டான். விழித்து விட்டான்.'

எல்லாரும் பாரியைச் சூழ்ந்திருக்க, பாரி சுற்றும் முற்றும் பார்த்து, 'ஹலோ எங்கே என்...' என்றான். அருகே மணியும் படுத்திருப்பதைப் பார்த்தான்.

டாக்டர் ஓப்பன்ஹைமர் என்ற விஞ்ஞானி 'ஹலோ நீ யார்?' என்றார்.

'நான் பாரி. நோரா கிரகத்தைச் சேர்ந்தவன். ஆண்ட்ரமீடா காலக்ஸியிலிருந்து வந்திருக்கிறோம்.'

'உன் வாகனம் எங்கே?' என்றார்.

'இதோ அருகில் இருக்கிறது.'

'இது மனிதன் அல்லவா?'

'மனிதனில்லை. மணியாக மார்ஃப் ஆன 121. இன்டர் காலக்டிக் நேவிகேட்டிங் டாக்கியான் இன்ஜின். உங்களுக்குச் சொன்னால் புரியாது.'

இப்போது பாரி 121-க்கு ரிஃப்ரெஷ் கொடுத்துவிட 121 எழுந்து, 'நான் எங்கிருக்கிறேன்?' என்றது.

'அமெரிக்க மிலிட்டரி விமானத்தில்' என்றார் ஓப்பன்ஹைமர்.

'பாரி, என்ன செய்யலாம்? யார் இவர்கள்?'

'இரு. அய்யா. எங்களை இந்தக் கணம் இந்த விமானத்தில் இருந்து இறக்காவிட்டால் நீங்கள் எல்லாரும் பேராபத்தில் இருக்கிறீர்கள்!'

'என்ன ஆபத்து?'

'நீங்கள் அனைவருமே அழியக்கூடிய ஆபத்து. நான் இன்னும் பத்து செகண்டுக்குள் டி-மார்ஃப் செய்யப்போகிறேன். மார்ஃப் என்றால் உருமாற்றம். என் வாகனம் பழைய உருவத்துக்குத் திரும்ப வேண்டியிருக்கிறது.'

'பார்ப்போம்' என்றார் புன்னகையோடு முட்டாள்தனமாக.

பாரி, மணியை அருகில் வைத்துக் கொண்டு '121 டி-மார்ஃப்' என்றான்.

அடுத்த கணம் 121 பழைய ரூபத்துக்கு வந்தது. அந்தப் பழைய ரூபம் அந்த விமானத்தின் அலுமினிய சுவர்களைப் பீறிட்டதால், விமானம் தாறுமாறாகப் பறக்க ஆரம்பிக்க, பாரி 121-ல் புகுந்து கொள்ள, மிச்சமிருந்த அனைவரும் அட்லாண்டிக் மகா சமுத்திரத்தில் விழுந்தார்கள். அந்த சி 40 விமானம் ஒரு கொழுந்தாக வெடித்தது.

பாரி தன் வண்டியின் சன்னல் வழியே இந்தச் சோகத்தைப் பார்த்துக் கொண்டிருந்தவன் 'ச்... ச்... ச்... சொன்னேன்' என்றான்.

'பாரி, என்ன செய்யலாம்? எனக்கு செங்கமலத்தை ஒரு முறை பார்த்து டாடா சொல்லவேண்டும்' என்றது 121 விஷமமாக.

'கொடைக்கானல் போகவேண்டும் என்று சொன்னேன்.'

இதே சமயம் ரேடார் திரைகளிலும் வி.எச்.எஃப். மானிட்டர் களிலும் 121-ன் போக்கைக் கவனித்துக்கொண்டிருந்த ஆபரேட்டர் கள், திரையில் கொட்டைப் பாக்கு போல 121-ன் பிம்பம் தெரிவதை பயத்துடன் பார்த்துக்கொண்டிருந்தார்கள். இந்த அமானுஷ்யமான சக்தி வாய்ந்த விமானத்தை அழிப்பது சம்பிரதாய ஆயுதங்களின் யத்தனத்தில் முடியாது என்று தீர்மானித்தார்கள். அணு ஆயுதம் போட்டு வெடித்தால்தான் உண்டு.

வாஷிங்டன் வெள்ளை மாளிகைக்குப் போன் போட்டுப் பேசினார்கள். அங்கே ஓர் அவசரக் கூட்டம் கூட்டப்பட்டது.

இதை அறியாமல் 121 உற்சாகமாகப் பறந்து கொடைக்கான லுக்குச் சென்றுகொண்டிருந்தது.

கொடைக்கானலில் நீங்கள் கோல்ஃப் மைதானத்தைப் பார்த்திருப்பீர்கள். அதன் பக்கத்தில் ஏரிக்கரையும் ஆழமான புல் தரையும் இருந்தன. டீசல் வேன்களில் சாரிசாரியாக வந்திறங்கிய டூரிஸ்ட்டுகளில் அகஸ்மாத்தாக மணியும் செங்கமலமும் இருந்தார்கள்.

அவர்கள் முதலிரவுக்குப் பின் ரயில் டிக்கெட் வாங்கிக்கொண்டு செங்கமலத்தின் தாயால் வழியனுப்பப்பட்டு ரயிலேறி பஸ் பிடித்து மட்டக் குதிரை மேலேறி பொட்டிக் கேமராவில் போட்டாக்கள் பிடித்துக்கொண்டு பொதுவாக சந்தோஷமாக இருந்த அதே சமயத்தில் 121-ன் மேல் ஆரோகணித்து பாரியும் வந்து சேர்ந்தான்.

முக்கியக் குறிக்கோள்: தக்க இடத்தில் ஒரு லொக்கேட்டரை வைத்துவிட்டு கொஞ்சம் ஒதுங்கி நோராவுக்குத் தகவல் சொன்னதும், அவர்கள் ஒரு அனைஹிலேட்டர் மூலம் பூமியை ஒரு பார்செகண்டில் தகர்த்துவிட்டால் இன்டர் காலக்டிக் மேம்பாலம் கட்ட ஏதுவாக இருக்கும்.

இதற்காக சற்று ஒதுக்குப்புறமாக சோலார் ஆராய்ச்சிச் சாலையின் அருகே அவர்கள் இறங்கும் தருவாயில் அந்தப் பெண்ணை மேலேயிருந்த தன் லேஸர் பார்வையால் 121 பார்த்தது.

'பாரி! ஹய்யா! செங்கமலமும் மணியும் வந்திருக்காங்க.'

'அப்படியா! எங்க?' என்றான் பாரி.

அவர்கள் இருவரும் அருவிக்கு அருகே கோடக் கேமராவில் 'சுள் சுள்' என்று போட்டோ எடுத்துக்கொண்டிருக்க, 'ஒரு முறை போய் அவங்களைப் பார்த்துட்டு வந்துருவமே. போறதுக்கு முன்னாடி.'

'இல்லை 121, நாம் வந்த வேலை வேற.'

'என்ன பாரி, ஒரு முறை பார்க்கக் கூடாதா?'

'சரி, ஒழி' என்றான் பாரி. 'வர வர உனக்குப் பிடிவாதம் அதிகமாயிட்டுது.'

'இந்த வடிவத்தில் போக முடியாதே' என்ற 121 ஸ்ஸ்ஸ் என்று பெருமூச்சு விட்டு மலையின் பின்புறத்தில் ஒரு தனியிடத்தில் இறங்கியது. அருகே இந்தப் பக்கம் அந்தப் பக்கம் பார்த்தான் பாரி. ஓர் ஆட்டு மந்தை தெரிந்தது. அதில் ஓர் ஆட்டுக் குட்டி அழகாக இருந்தது.

121, 'இந்த ஆட்டுக் குட்டியா மாறிடவா?'

'சரி' என்றான் பாரி.

பாரியும் ஆட்டுக் குட்டியும் அவர்களை அணுகியபோது மணிதான் அவர்களை முதலில் கண்டுபிடித்தான். 'ஹே பாரி! வாட் எ சர்ப்ரைஸ்!'

'மணி, நீங்க எங்க இங்க வந்தீங்க!'

'ஹனிமூனைத் தொடர்ந்துகிட்டு இருக்கோம் பாரி. உங்களுக்கு எப்படி தாங்க்ஸ் சொல்றதுன்னே தெரியலை. நீங்க மட்டும் உதவி செய்யலைன்னா எங்க கல்யாணம் நடந்திருக்காது பாரி. யூ ஆர் கிரேட் பாரி! எங்கே 121?'

'ஆட்டுக்குட்டி அழகா இல்லை?' என்று செங்கமலம் அதை வாங்கித் தன் மார்போடு அணைத்துக்கொண்டாள். 'ம்மேமே எஏ' என்றது 121 பரவச நடுக்கத்தில்.

'வேணுமா ஆட்டுக்குட்டி? கொஞ்ச நேரம் வச்சுக்க மணி. எனக்குக் கொஞ்சம் சர்வே வேலை இருக்கு.'

பாரி செக்யூர் சானலுக்குச் சென்று, '121, கொஞ்ச நேரம் இவங்களோடு இரு. எங்கயும் மாட்டிக்காதே, என்ன? நான் போய் சர்வேயை முடிச்சிட்டு லொக்கேட்டரைப் பொருத்திட்டு வந்துர்றேன்' என்றான்.

'நீ போ வாத்தியாரே. நான் பார்த்துக்கிறேன்' என்றது 121.

பாரி அப்ஸர்வேட்டரியை நோக்கி நடக்க ஆரம்பித்தான். அதே சமயம் ஒரு ஹெலிகாப்டர் கொடைக்கானலை அணுகியது.

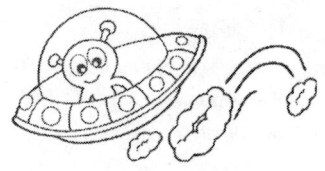

செங்கமலம் ஆட்டுக் குட்டியைத் தன் கன்னத்தில் தேய்த்துக் கொண்டாள். ஆட்டுக் குட்டி அதை மிகவும் ரசித்ததுபோல 'ம்ஏஏ' என்று மென் குரலில் கூப்பிட்டு செங்கமலத்தை மேலாக நக்கியது.

பாரிக்கு அப்போது 121 தேவையில்லாமல் தனியாகவே ஆர்கான் ஸ்டிக்கை உறிஞ்சிக்கொண்டு கொடைக் கானல் அப்ஸர்வேட்டரியின் அருகே சென்று சூரியனை நோக்கி முகத்தைத் திருப்பினான். அதே சமயம் ஆண்ட்ரமீடா கிரகத்தில் இருந்து அவர்களும் தயாரானார்கள். பாரியுடன் செய்தித் தொடர்பு அமைத்துக்கொண்டனர்.

'பாரி, ஏன் இத்தனை தாமதம்?'

'நடுவே என் வாகனத்தால் ஒரு சிக்கல். அதை, திரும் பினதும் முதல் காரியமாக டிஸ்போஸலுக்கு அனுப்ப வேண்டும்.'

'அதெல்லாம் கிடக்கட்டும். இரண்டு விஷயங்கள். ஒன்று, உன்னை மீட்க உபகுப்தரை ரிலீஃப் வண்டி யுடன் அனுப்பியுள்ளோம். அவர் வந்து சேருவார்.'

'தேவையில்லை. அவரைத் திரும்ப அழைத்து விடுங்கள்.'

'லொக்கேட்டரை எப்போது வைப்பாய்?'

திசை கண்டேன்; வான் கண்டேன் ❋ 89

'இரவே.'

பாரி இவ்வாறு பேசிக்கொண்டிருக்கையில் கொடைக்கானலில் ஹெலிகாப்டரில் அமெரிக்க உளவதிகாரி ஒதுக்குப்புறமாகப் பாதுகாக்க வந்திறங்கியவர், அங்கிருந்த நட்சத்திர ஓட்டலுக்குப் போய் மாடியில் ரூம் எடுத்து பால்கனிக்கு வந்து சக்தி வாய்ந்த பைனாகுலர் பொருத்திக்கொண்டு மலைப் பிரதேசத்தை நோட்டம் விட்டார்.

பாரி இப்போது மலை உச்சியை நோக்கி நடந்து கொண்டிருந்தான். உச்சியிலிருந்து ஆண்ட்ரமீடாவுக்கு நேர்க்கோடு வேண்டும். அப்போதுதான் லொக்கேட்டரைப் பொருத்தி அங்கிருந்து அனைஹிலேட்டர் கதிர்கள் அனுப்ப முடியும்.

பாரி நிதானமாக மலை உச்சியை அடைந்தான்.

அதை அந்த உளவதிகாரி பார்த்து, உடனே பாக்கெட் ரேடியோவில், 'பீட்! ஐ காட் ஹிம்' என்றார்.

'என்னது, என்னை விட்டுட்டு ஆட்டுக் குட்டியையே கட்டிக் கிட்டு அலையறே!' என்று மணி சற்றே கோபத்துடன் செங்கமலத்திடமிருந்து பிரிந்து, புல்வெளியில் நடந்தான்.

'என்ன அழகு? மெத்து மெத்துன்னு இருக்குது தெரியுமா, இந்த ஆட்டுக் குட்டி? இதைத் தடவிக் கொடுக்கறது சுகமா இருக்குது மணி.'

மணி பாப்கார்ன் வாங்கி வரச் சென்றான்.

'எனக்குக் கூட' என்றது ஆட்டுக் குட்டி வடிவில் இருந்த 121.

'என்னது ஆட்டுக் குட்டி பேசுது?'

'நான் ஆட்டுக் குட்டியில்லை செங்கமலம். 121.'

'121, நீ இங்க எப்படி வந்தே?' என்று ஆச்சரியமாகக் கேட்டாள் செங்கமலம்.

'காரியமாக வந்தேன். உன்னைப் பார்த்ததும் ஆட்டுக் குட்டியா மாறிட்டேன்.'

'பாரி எங்கே?'

'மலைக்குப் போயிருக்கான், லொக்கேட்டரை வைக்க. அப்புறம் முதலிரவெல்லாம் நல்லாருந்தா?' என்றது 121 விஷமமாக.

'ஆமா. நல்லா நடந்துச்சு.'

'கமலம், உன்னை ஒண்ணு கேக்கறேன். கோவிச்சுக்காதே.'

'என்ன?'

'எங்கூட வந்துரேன்.'

'எங்க?'

'எங்க நோரா கிரகத்துக்கு.'

'மணி?'

'மணி எதுக்கு? நானே மணியா இருக்கேனே!'

'என்னது?'

'செங்கமலம், பாரு, உன்னை எனக்கு ரொம்பப் புடிச்சுப் போச்சு. அதனால் உன்னைக் காப்பாத்த விரும்புறேன். நாங்க இந்தக் கிரகத்துக்கு வந்தது மேம்பாலம் போட குறுக்க வர்றதால இதை அழிக்கறதுக்கு. இன்னும் ஒரு நாள்ல இந்தக் கிரகம், பூமியாகிய கிரகம், அழிஞ்சு போயிரும் செங்கமலம். அதனோட நீயும் அழிஞ்சுருவே, இந்த மணியும் போயிருவான். உலகத்துல இருக்கற புல் பூண்டு உயிரினங்கள் எல்லாம் க்ளோஸ். உன்னை மட்டும் காப்பாத்தறேன். போறப்ப பாரிகிட்ட பிடிவாதம் பிடிக்கப் போறேன். உன்னைக் கூட்டிகிட்டு வரணும்னு.'

'121, நீ சொல்றது ரொம்ப விநோதமா இருக்கு. எதுக்காக எங்க கிரகத்தை நீங்க அழிக்கணும்?'

'அதான் சொன்னனே, மேம்பாலம் போடறப்ப குறுக்க வர்றதே.'

'வேற பாதையில போட முடியாதா!'

'ரூட் அதிகமாயிடுது. டாக்கியான் சக்தி அதிகம் தேவைப்படும். மேலும் இந்த உலகத்தை அழிச்சா பெரிசா பிரபஞ்ச அறிவு பாதிக்கப்படப்போறதில்லை. உங்க அறிவெல்லாம் எங்க அறிவோட ஒப்பிட்டா குறைப்பட்டது. ரொம்ப அடாசு. நீங்க மோசமான உயிரினங்கள். உன்னை மாதிரி விதிவிலக்கை

விட்டுட்டா இருக்கிறவங்க எல்லாரும் சண்டை போடறீங்க. எதோ காரணத்தை வெச்சுக்கிட்டு; மதத்தை, பாஷையை எல்லாம் வச்சுக்கிட்டு... ஏழை, பணக்கார வித்தியாசம் ரொம்ப அதிகமா இருக்குது. குழந்தைகளைக் கொல்றீங்க. சாக விடறீங்க. தன்னைத் தானே அழிச்சுக்க எத்தனையோ வழிகளைக் கண்டுபிடிச்சுக்கிட்டே இருக்கீங்க. உருப்படாத சன்மங்கள். அதனால் உங்களை அழிக்கிறதால் எதுவும் நஷ்டமில்லை. ஆனால், செங்கமலம் போல மலரை அழிக்க விருப்பமில்லை.'

'121, நீ சொல்றது எல்லாம் நிசமா.'

'நிசம் செங்கமலம். இருபது மணி நேரத்தில் இந்த உலகம் அழியப் போறது.'

'அப்ப நானும் மணியும் கேஸ் கனெக்ஷனுக்கு மனு போட்டிருக்கமே!'

'நோராவுக்கு வா. எல்லாம் கெடைக்கும்.'

அப்போது அவர்களை ஒரு வெள்ளைக்காரர் அணுகி, 'எக்ஸ்க்யூஸ் மீ, இந்தப் பக்கம் தலை மேல கொம்பு வைத்துக்கொண்டு உயரமாக ஓர் ஆசாமி வந்தாரா?' என்று அமெரிக்க இங்கிலீஷில் கேட்க, செங்கமலம், 'யாரு, நம்ம பாரியைக் கேக்கறாப்பல இருக்கே' என்றாள்.

121 பேச்சு சுவாரஸ்யத்தில், 'பாரி மலை மேல நிக்கறான் பாரு. அதோ' என்றது.

வெள்ளைக்காரர் பாரியை நோக்கி நடந்தார்.

பாரி தன் 'எல்.ஆர்.என்' என்னும் சாதனத்தை அமைத்து அதற்கு நோராவின் காலக்டிக் கோ ஆர்டினேட்களைக் கொடுத்தான். அந்த டெலஸ்கோப் போல் இருந்த சாதனம் இச்சையாகச் சுழன்று மெல்ல மெல்ல நோராவை நோக்கியது.

'ரெடி' என்றான் பாரி.

'ரெடி' என்றது பதில்.

அப்போது பாரியின் அருகே வந்த அமெரிக்க அதிகாரி தன் துப்பாக்கியை எடுத்து நீட்டி, 'புட் யுவர் ஹாண்ட்ஸ் அப்' என்றார். மிகச் சக்தி வாய்ந்த துப்பாக்கி அது.

பாரி திரும்பிப் பார்த்தான். அதிகாரியின் கையில் இருந்த துப்பாக்கியைப் பற்றி அதிகம் கவலைப்படவில்லை. தன் காரியத்தில் கண்ணாக இருந்தான். அதிகாரி சுட்டார்.

பாரியின் இடக்கை துண்டித்துக் கீழே விழுந்தது. பாரி அதை எடுத்து ஒட்டிக்கொண்டு, 'நண்பனே, எதற்காக என் வேலையில் குறுக்கிட்டுத் தொந்தரவு செய்கிறாய்?' என்பதற்குள் அந்த ஆசாமி பாரியின் தலையை நோக்கிச் சுட்டார்.

பாரியின் தலை கீழே உருண்டு விழ, அவன் முண்டம் மெல்ல நடந்தது. பாரியின் வயிற்றில் ஆக்ஸிலியரி ஆப்டிகல் சென்ஸர் இருப்பதால் பாரியால் தலையில்லாமலேயே வெறும் முண்டமாக அதிகாரியை அணுக முடிந்தது.

தன்னை நோக்கி வரும் அந்தத் தலையிழந்த உடலைப் பார்த்த அந்த அதிகாரிக்குக் கைகள் நடுநடுங்க ஆரம்பித்துவிட்டன. 'என்னடா இது, தலையைத் துண்டித்தோம். ரத்தமில்லை. முண்டம் பேசுகிறது. தன்னை நோக்கி வருகிறது' என்று உடம்பு முழுவதும் அட்ரினலின் பிரவகிக்க, வியர்வையைத் துடைத்துக் கொண்டு பின்வாங்கி, 'டோண்ட், டோண்ட் ப்ளீஸ், ப்ளீஸ்' என்று கெஞ்சக் கெஞ்ச, பாரி முண்டம் அவரை அணுகி சப்டப்பென்று கையைப் பிடித்துக் கசக்க, 'கட்டக்' என்று அவரது கையெலும்பு உடைந்து கை தொங்கியது. பாரி அதன்பின் அந்த அதிகாரியின் கழுத்தில் விரல் பதித்துத் திருப்ப கழுத்து ஜூஸ் மெஷினில் அகப்பட்ட கரும்புபோல் திருகிக்கொண்டது.

அதிகாரி அதற்கப்புறம் அதிகம் வலியின்றி இறந்துபோக, பாரி தன் தலையை எடுத்து மாட்டிக்கொண்டான். வெடிச் சப்தம் கேட்டு 121, 'செங்கமலம், நான் மேலே போகணும், அங்க வெடிக்கிறது. பாரி ஆபத்தில் இருக்கான்' என்றது.

அப்போதுதான் மணி ஒரு கடையிலிருந்து பாப்கார்ன் வாங்கிக் கொண்டு வந்தான்.

'இன்னும் ஆட்டுக் குட்டியை விடலையா நீ?'

'மணி, இது ஆட்டுக் குட்டி இல்லை, 121.'

'121-ஆ?'

'ஆமாம் மணி. பாரி மலைமேல் இருக்கான். என்னை மேல கொண்டுவிட்டா உபகாரமா இருக்கும்' என்றது 121.

மணியும் செங்கமலமும் அதை எடுத்துக்கொண்டு ரோட்டில் செல்ல -

பாரி லொக்கேட்டரை கோ ஆர்டினேட்படி கரெக்ஷன் எல்லாம் கொடுத்து ஸ்திரப்படுத்தினான்.

அப்போது அங்கு வந்தவர்கள் கீழே கிடந்த சடலத்தைப் பார்த்தனர். முதுகுப் பக்கம் மேலே, மார்புப் பக்கம் கீழே. ஆனால், தலை மட்டும் திருகி ஒரு மாதிரி அசட்டுச் சிரிப்பு சிரித்துக்கொண்டு சாவில் உறைந்திருந்தது. 'ஊஊ' என்று கூக்குரலிட்டாள் செங்கமலம். மணி, 'இஇஇது என்ன பாரி?' என்றான்.

'தொந்தரவு செய்தான். நிறுத்திவிட்டேன்.'

மணி அதன் பையை ஆய்ந்தான்.

'அமெரிக்கப் பிரஜை.'

பாரி அவன் எந்தப் பிரஜை என்று கவலைப்படவில்லை.

'ஆல் செட். ஆட்டுக் குட்டி, நீ மறுபடி மார்ஃப் ஆயிடு. செங்கமலம், எல்லாரும் ஒதுங்கிக்கங்க.'

'பாரி, வேண்டுகோள்?'

'என்ன?'

'செங்கமலமும் வரணுங்கறா.'

'நோராவுக்கா?'

'ஆமாம். வேற எங்கயாவது போறமா என்ன?'

'இம்பாஸிபிள்.'

'பாரி, 121 சொல்றது நிசமா? இந்த உலகத்தை அழிக்க ஏற்பாடு செய்யத்தான் நீங்க வந்தீங்களா?'

'ஆமாம்.'

'லொக்கேட்டர் வச்சிருக்கான் பாரு. அதை இப்ப கோ ஆர்டினேட் எடுத்துக்கிட்டு இருக்காங்க. விலகிக்கிட்டு சிக்னல் கொடுத்ததும் அனைஹிலேட்டரை அனுப்பிச்சு வைப்பாங்க.'

'அழிக்க உங்களுக்கு என்ன உரிமை இருக்கு?'

'ஐ.நா.வுக்குப் போய் நோட்டீஸ் கொடுத்தாச்சு. ஐக்கிய காலக்ஸி கன்வென்ஷன்படி இனிமே எதையும் மாற்ற முடியாது.'

இந்தச் சமயத்தில் இரண்டு நிகழ்ச்சிகள் நிகழ்ந்தன. அமெரிக்க அதிகாரியின் பின்னே வந்த ஹெலிகாப்டர் பைலட் சற்றே தயங்கியதால் உயிர் பிழைத்தான். அவன் தன் செயலகத்துக்குச் செய்தி அனுப்பினான். அதே சமயம் பாரியைக் காப்பாற்ற அனுப்பப்பட்ட உபகுப்தர் வந்து இறங்கினார்.

XX

அமெரிக்க அரசின் பாதுகாப்புச் செயலகத்தில் அந்தச் செய்தியை நம்பவில்லை. இந்நேரம் அவர்கள், சம்பந்தப்பட்ட அத்தனை விஷயங்களையும் ஒட்ட வைத்துவிட்டார்கள்.

சென்னைக் கடற்கரையில் ஒரு விநோதமான பொருள் வந்திறங்கியது; நியூ யார்க் பே பகுதியில் ஓர் அதிவேக வாகனம் வந்து அமெரிக்காவின் மிகச் சிறந்த விமானங்களைத் தவிடு பொடி ஆக்கியது; அதன் பின் ஐ.நா. காரியாலயத்துக்குக் கொடுக்கப்பட்ட விநோதச் செய்தி, பின்னர் கொடைக்கானல் சம்பவம். அனைத்தையும் ஒட்டிப் பார்த்து நம் பூமிக்கு விண்வெளியில் இருந்து ஒரு பேராபத்து வந்திருக்கிறது என்பதை கண்டுபிடிக்க முடிந்தது. இந்தப் பேராபத்தைச் சந்திக்க மனித குலத்தின் அத்தனை யத்தனங்களும் தேவைப்படும்.

அதற்காக இந்து மகா சமுத்திரத்தின் வங்காள விரிகுடாப் பகுதிக்கு விரைவாக ஒரு ஸப்மரைன் போலாரிஸ் மிஸைல் லாஞ்சர் அனுப்பப்பட்டது. அது தயார்ப்படுத்தப்பட்ட நிலையில் கடலுக்குள்ளிருந்தே புறப்பட்டு ஏவப்பட்ட கணை மூலம் விண்ணில் செல்லும் வாகனங்களைக் கூண்டோடு அழித்துக்கட்ட வல்லது. அதனுள் இருந்த அணு ஆயுதம் தோய்ந்த ஏவுகணையின் சக்திக்கு, எந்த விண்வெளிச் சக்தியும்

ஈடானதல்ல என்றுதான் அவர்கள் எண்ணிக் கொண்டிருந் தார்கள்.

இது பாரிக்கும் 121-க்கும் ஏற்பட்ட முதல் அபாயம். இரண்டாவது, உபகுப்தர், அப்போதுதான் வந்து இறங்கியவர். மூக்கை உறிஞ்சிக்கொண்டு இங்குமங்கும் பார்த்தார்.

கொடைக்கானலில் பாரியின் வாகனமான 121-ஐக் காணவில்லை. பாரியும் ஓர் ஆட்டுக் குட்டியும் இரண்டு பூமிப் பிரஜைகளுடன் பேசிக்கொண்டிருக்க, இந்தச் சந்தர்ப்பத்தில் உபகுப்தர் அவர்களை அணுகினார். அவர் வந்திருப்பது சதிக் காரியத்துக் காக என்பது பாரிக்குத் தெரியாது என்பது உபகுப்தருக்குத் தெரியும்.

'பாரி! எல்லாம் சரியாக இருக்கிறதா? உன்னிடமிருந்து செய்தியே வரவில்லையா, தலைமைக் கேந்திரத்தில் கவலைப்பட்டார்கள். என்னை அனுப்பினார்கள்.'

'அதெல்லாம்தான் சரியாகி விட்டதே. உம்மைத் திரும்பக் கூப்பிடும்படி செய்தி கொடுத்துவிட்டேனே. கிடைக்க வில்லையா?' என்று பாரி கேட்டான்.

அந்தச் செய்தி உபகுப்தருக்கு வந்திருந்தது. 'வரவே இல்லியே' என்றார். அவர் நாசி துடித்தது. பொய் சொல்லும்போது அவர் நாசி துடிக்கும்.

'சரி, இங்கேயே சற்று நேரம் இரும். நேராக இந்த லொக் கேட்டரை வைத்துவிட்டுப் புறப்படுகிறோம்.'

'எங்கே உன் வாகனம்?'

'அதை ஆட்டுக் குட்டி வடிவத்தில் மார்ஃப் பண்ணியிருக்கிறேன். வேளை வரும்போது டி-மார்ஃப் செய்யப் போகிறேன். எதற்கு இடத்தை அடைத்துக்கொண்டு?'

'அதானே' என்றார் உபகுப்தர். அவர் மனத்துக்குள் வேறு சதிச் சிந்தனைகள் ஊடாடின. தனக்குத் திரும்பப் போவதற்கு வண்டி இருக்கிறது. ஒதுக்குப்புறமாக மலையருவி அருகே நிறுத்தி யிருக்கும் கறுப்பு வண்டி அது. அதனால் பாரி திரும்பச் செல்லாத படி வாகனத்தை அழித்து விட்டால்? அதுவும் கச்சிதமான ஆட்டுக் குட்டி வடிவத்தில் இருக்கிறது. மார்ஃப் விதிகளின்படி

மார்ஃப் பண்ண முடியாது. உபகுப்தர் செங்கமலத்தின் அருகில் சென்று, 'உன் பெயர் என்ன?' என்றார்.

'செங்கலம்' என்றாள். 'தாத்தா நீங்க யார்?' என்றாள்.

'நான் தாத்தா இல்லை. என் பெயர் உபகுப்தர். பாரிக்கு சிநேகிதன். இந்த ஆடு எத்தனை அழகாக இருக்கிறது?' அதை வாங்கிக் கொண்டு, '121, நீ டி-மார்ஃப் ஆகவில்லையா?' என்று சானலில் கேட்டார்.

'இன்னும் இல்லை சாமி! பாரியின் ஆணைக்காகக் காத்திருக்கிறேன்.'

'ஓ! அப்படியா? ஆகட்டும்! அதுவரை உன்னைக் கையில் தாங்கிக் கொள்ளும்படி பாரியின் உத்தரவு.'

பாரி அப்போது லொக்கேட்டர் வேலையில் கண்ணும் கருத்துமாக இருந்தான்.

அப்போது அவர்களை நோக்கி ஒரு ஜெட் விமானம் தாழ்வாகப் பறந்து ர்ர்ரூம் என்று அவர்களை க்ஷண நேரத்தில் கடந்து சென்றது.

பாரி அதைப் பற்றிக் கவலைப்படவில்லை. 'இவர்கள் விமானங்கள் எல்லாம் புராதனமான பொம்மைகள்' என்றான்.

'ஆம்' என்றது 121.

அவர்களைக் கடந்து சென்றது அமெரிக்கக் கடற்படை எண்டர்ப்ரைஸ் என்னும் மிதக்கும் விமான தளக் கப்பலைச் சேர்ந்த அதிவேக விமானம்.

அதன் பைலட் பாரியையும் மற்றவர்களையும் கண்டுபிடித்து விட்டதாகக் கட்டுப்பாட்டு கேந்திரத்துக்குச் செய்தி சொல்ல, மறுபடி திரும்பி தாழ்வாகப் பறந்து அவர்களைக் கடக்கும்போதே ர்ர்ர்ர்ட் என்று சரம் சரமாகத் தன் விமானத்தின் இறக்கையில் பொருத்தியிருந்த சிறு கன் மூலம் அவர்கள் மேல் சர குண்டு பொழிய, அது இலக்கு தப்பி நூறு அடி தள்ளிப் பாய்ந்து புல் தரையைத் தீய்த்தது.

பாரி அப்போதுதான் அதைக் கவனித்தான்.

'121, கொஞ்சம் எல்லாரையும் விலகிக்கச் சொல்லிவிட்டு பழய ரூபத்துக்கு வந்துடுப்பா. பொம்மை ப்ளேன் எல்லாம் நம்ம மேல ஏவறாங்க. அவங்களைக் கொஞ்சம் கவனிக்கணும்!'

'121? 121?'

பதில் இல்லை.

பாரி சற்றே அயர்ந்துபோய், 'எங்கய்யா 121?'

உபகுப்தர் அப்போது அந்த ஆட்டுக் குட்டியின் கழுத்தைத் திருகிக்கொண்டிருந்தார். அது 'ம்மே ம்ஏஏ' என்று அலறி, 'சாமி விடு கழுத்தை' என்று சானலில் அலறியது.

'படுபாவி! கழுத்தை நெரிக்கறானே! காப்பாத்து! காப்பாத்து! என் சென்ஸர் எல்லாம் இடிபடுது! காப்பாத்து!'

உபகுப்தர், 'என்னைக் கேலி செய்த இல்லை? என்னைப் பிச்சைக்காரனைப்போல நடத்தினீங்க இல்லை? வா, வா, வழிக்கு.'

'மாமா, என்னது விபரீதம்?'

பாரி அப்போதுதான் உபகுப்தரின் கெட்ட நோக்கத்தை உணர்ந்தான். அவனிடம் ஆயுதம் ஏதும் இல்லை. உபகுப்தர் ஒரு லேசர் ஆயுதம் வைத்திருந்தார்.

ஆபத்து கால சானலில் போய் 121-இடம் ரகசியமாகப் பேசினான். '121, எப்படியாவது தப்பிச்சுக்கிட்டு மற்ற ஆடுங்களோட சேர்ந்துரு. க்விக், அதுக்குள்ள இந்த முண்டம், இந்தத் துரோகியைக் கிழித்துவிட்டு உன்னை உயிர்ப்பிக்கிறேன்' என்றான்.

'முட்டாள்யா நீ. நான் இந்த ஆட்டுக் குட்டியையா சொன்னேன். மந்தைல எத்தனை ஆடு இருக்குது?'

'அப்படியா! இந்த ஆடு இல்லையா?'

'இல்லை.'

இதற்குள் 121 உபகுப்தரிடமிருந்து தப்பிக் குதித்து மற்ற ஆடுகளோடு கலந்துகொண்டுவிட்டது.

தூரத்து விமானம் மறுபடி திரும்பி அவர்களை நோக்கித் தாழ்வாக வர, 'அதோ பாரு, அந்த மந்தையில இருக்கு 121' என்று சற்று தூரத்து மந்தையைக் காட்ட -

அவர் அந்த மந்தையை நோக்கிடவும், திரும்பி வந்த விமானம் ஸ்தலத்தை அணுகவும் சரியாக இருக்க, உபகுப்தரின் முதுகில் விமானம் பொழிந்த குண்டுகளில் சில துளைத்துவிட அவர் அந்த இடத்திலேயே அச்சடித்தாற்போல் நின்றுவிட்டார். அவர் ஸ்கானர் பழுதாகி விட்டது. விமானத்தின் பைலட் உற்சாகத்துடன் 'புல்ஸ் ஐ' என்று செய்தி கொடுத்தான். 'அந்தாளை, அழித்தாகி விட்டது!'

உப்குப்தருக்கு அழிவில்லை. ஆனால், அவருக்கு ரிப்பேர். ஸ்பேர் பார்ட் கிடைக்கும்வரை அங்கேதான் உறைந்து நிற்க வேண்டும். பாரி ஸ்பேர் பார்ட்ஸ் கேட்க அவசரப்படவில்லை. 'துரோகி! கொஞ்ச நாள் அப்படியே இரு' என்றான். நோரா கிரகத்துக்கு அவசரச் செய்தி அனுப்பினான். 'நோரா! நோரா! லொக்கேட்டர் பொருத்தியாகி விட்டது. இந்தக் கிரகத்தின் பிரஜைகள் மிகவும் விரோதம் காண்பிக்கிறார்கள். கூடிய சீக்கிரம் அழித்துவிடுவது நல்லது.'

நோராவிலிருந்து, 'அடுத்த உத்தரவுக்குக் காத்திருக்கவும்' என்று சேதி வந்தது.

குண்டு பொழிந்த விமானம் இந்து மகா சமுத்திரத்தில் இருந்த தாய்க் கப்பலைப் போய்ச் சேர்ந்துவிட்டது.

பாரி காத்திருந்தான். செங்கமலமும் மணியும் தரையில் படுத்திருந்தவர்கள் எழுந்து, உறைந்து போயிருந்த உபகுப்தரைக் கிட்டே வந்து தொட்டுப் பார்த்தார்கள். 'பஞ்சு மாதிரி இருக்கார்' என்றாள் செங்கமலம்.

பாரி 121-ஐக் கூப்பிட்டு, 'சீக்கிரம் பழைய வடிவத்துக்கு வா, நாம் புறப்படவேண்டும்' என்றான்.

அப்போது செங்கமலம், 'பாரி, நிசமாவே உலகம் அழியப் போவுதா?'

'ஆமாம் பின்ன?'

'நாங்கள்லாம் செத்துப் போயிருவமா?'

‘ஆமாம். பின்ன?’

‘பாரி, இது எந்த விதத்தில் நியாயம்? கல்யாணம் ஆகி மஞ்சக் கயிறு கூட அப்படியே இருக்கு. தாலி மஞ்சள் அழியலை. இப்பதான் முதலிரவு ஆயிருக்கு.’

‘பிரபஞ்ச விதிகளுக்கு முன்னால உன் முதலிரவு துச்சம்.’

‘121, நீயே சொல்லு. இது நியாயமா?’

‘இப்ப என்ன பண்ணச் சொல்ற?’

‘ஏதாவது செய்து போஸ்ட்போன் பண்ண முடியாதா?’

‘எத்தனை நாள்?’

‘நாங்க உயிரோடிருக்கிற வரைக்கும்’ என்றான் மணி.

‘முடியாது. நீ இறக்கற சமயத்துல மற்றொரு தேனிலவுத் தம்பதி இருக்கமாட்டாங்கன்னு என்ன நிச்சயம்?’

‘போட்டுக் குழப்பாதே பாரி. ஏதாவது செய்து அந்தக் காரியம் நிகழாம தடுத்துறேன் 121’ என்றாள் செங்கமலம்.

‘தடுத்தா என்ன தருவே?’

செங்கமலம் 121-ஐ கையில் எடுத்து வைத்துக்கொண்டு வாசனையாக ஒரு முத்தம் கொடுத்து மார்போடு தேய்த்துக் கொண்டாள்.

‘பாரி’ என்றது 121 கெஞ்சலாக.

‘என்னடா?’

‘ஏதாவது செய்ய முடியுமா?’

‘ஏதும் செய்யறதுக்கில்லை. லொக்கேட்டரை வச்சு மெஸேஜ் கொடுத்தாச்சு. பாரு 121, இதெல்லாம் இந்த மனிதர்களுக்கு உண்டான சென்டிமெண்ட். அதனால் டி-மார்ஃப்! நேரமாவுது!’

‘பாரி!’

‘ஏய் என்னடா முட்டளே! டி-மார்ஃப்!’

'இப்ப டி-மார்ஃப் பண்ண மாட்டேன்னு சொன்னா என்ன செய்வே?'

'என்ன செய்வனா? பாரு 121. நான் யாரு? நீ யாரு? இதைப் பத்தி சரியாத் தெரிஞ்சுக்க. நான் உயர் பிரஜை. இதுல அபிப்பிராய பேதம் இருக்கக் கூடாது. நான் உன்னை ஆர்டர் பண்ணலாம். நீ என்னை ஆர்டர் பண்ண முடியாது. தெரியுமில்லையா?'

'நான் உன் ஆணைக்கு ஒப்புத்துக்கலைன்னு ஒரு பேச்சுக்கு வச்சுக்கலாம்.'

'பேச்சே இல்லை.'

'மாறித்தான் ஆகணும் அப்படின்னு யார் சொன்னது?'

'என்னது! கலகம் பண்றியா? புரட்சியா?'

'ஆமா.'

'சும்மா வளவளன்னு பேசாதே. பழைய வடிவத்துக்கு வரலைன்னா நான் என்ன செய்வேன்னு சொல்லிடறேன். என் எமர்ஜென்ஸி பவரை வச்சு பலவந்தமா உன்னை டி-மார்ஃப் பண்ண முடியும். ரொம்ப வலிக்கும்.'

121 இதைக் கேட்டு யோசித்தது.

'அப்ப ஒண்ணு செய்யலாம். இவங்க ரெண்டு பேரையும் நம்மோட நோராவுக்குக் கூட்டிட்டுப் போய்டலாம்.'

'என்னது! அதுக்கெல்லாம் பர்மிஷன் கிடையாது.'

'ஒரு வழிக்கும் வரமாட்டியா பாரி?'

இப்போது நோராவிலிருந்த செய்தி வந்தது. 'பாரி! உடனே புறப்படவும். அனைஹிலேட்டர் தயார். இன்னும் பதினெட்டு செகண்டுகளில் ஏவப் போகிறோம்!'

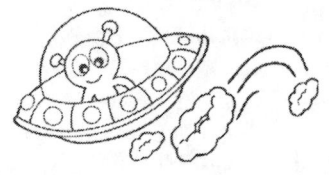

XX

‘இவங்களையும் கூட்டிட்டுப் போறதா? முடியாத காரியம். இவங்க ஆக்ஸிஜன் சுவாசிக்கிற பிரஜைகள். நாம அப்பப்ப ஆர்கான். நம்ம சுற்றுச் சூழல், பழக்க வழக்கங்கள் எல்லாமே வேற. எப்படிக் கூட்டிப் போக முடியும்? சொல்லு ஜடமே.’

‘அப்ப நான் வரலை’ என்றது 121.

‘நீ வராம, நான் எப்படி வீடு திரும்பறதாம்?’

‘வேற வண்டி வரவழைச்சுக்க. என்னை இங்கேயே ஏதாவது ஆட்டுக் குட்டியாவோ நாய்க் குட்டியாவோ மார்ஃப் பண்ணி வெச்சுட்டு போய்க்கினே இரு’ என்றது 121.

‘கேனத்தனமாப் பேசாதே. மூணு நாள்ள ரிஃப்ரெஷ் கெடைக்காம செத்துருவ. அதெல்லாம் நடக்கற காரியமா இல்லை. இப்ப கிளம்பப் போறியா இல்லையா? இங்க பூமி சனங்க, ரொம்ப வெறுப்பில் இருக்காங்க. இவங்களைக் கட்டுப் படுத்தறதுக்குள்ள எக்குத்தப்பா ஏதாவது செய்துருவாங்க.’

ஆட்டுக் குட்டி ரூபத்தில் இருந்த 121 செங்கமலத்தைப் பார்த்து, ‘என்ன பண்றது செங்கமலம். சொல்லிப் பார்த்தேன். கேக்க மாட்டேங்கறானே’ என்றது.

அவள், 'உங்களுக்கு என்ன உரிமை இருக்கு பூமியை அழிக்க? 121, இதை அவங்ககிட்ட ஸ்டிராங்காச் சொல்லிப் பாரேன்.'

'சொல்லிப் பார்த்தாச்சு செங்கமலம். நான் ஒரு வாகனம், வெறும் இயந்திரம்! பாரி மாதிரி உயர் ரகப் பிரஜைங்க சொல்ற பேச்சைக் கேட்டுத்தான் ஆகணும்னு எங்க விதியில எழுதியிருக்கு.'

'இந்த விதியை மாற்றலாமே.'

'மாற்றவே முடியாது. பிரபஞ்ச விதி அது. ஐக்கிய காலக்ஸி விதிகள். இப்ப பாரு, இந்த உபகுப்தர் இருக்காரே, இவருக்கு சாவே கிடையாதுன்னு விதி. அதை மாத்த முடியாது, அதனால் சரித்திரம் இருக்கிறவரை இந்த மாதிரி கொல்லைப் பக்கம் போறாப்பல சிரிப்பு மாறாம நின்னுகிட்டுத்தான் இருக்கணும்.'

'121! வளவளன்னு பேசிக்கிட்டு இருக்காதே, நாம புறப்பட்டாத் தான் அவங்க பூமியை அழிக்க முடியும்.'

செங்கமலம் மணியைக் கட்டிக்கொண்டாள். 'மணி, நிசமாவே பூமி அழியப் போறதா?'

'அவங்க சொல்றத நம்பினா அப்படித்தான். அதுக்குள்ள வா. சினிமா ஏதாவது பார்த்துட்டு வந்துடலாம்.'

121 ஆட்டுக் குட்டி வடிவத்தில் இருந்தது. தனியிடத்துக்குப் போய் மெல்ல மெல்லப் பெரிசாகி பிரம்மாண்டமான பழைய கன வடிவத்துக்கு வந்தது.

அதன் கடைவாய்ப் பக்கத்தில் இருந்து புஸ்ஸ்ஸ் என்று வெண் புகையும் நீலப் புகையும் மாறி மாறி வெளிப்பட, அதன் ஹாட்ச் திறந்து அதில் ஏறிக்கொள்ளப் புறப்பட்டபோது, பாரி, 'மணி, இன்னும் சரியா நாற்பத்தெட்டு செகண்டில அவங்க அனைஹிலேட்டரை ஏவப் போறாங்க.'

'என்ன ஆகும் பாரி சார்?'

'உங்களை எது வந்து அடிச்சுதுன்னு சொல்ல முடியாதபடி பூமி ஒரு கணத்தில் அடிபட்டு மலைகள் சமுத்திரத்துக்குள் அமுங்கிப் போய், சமுத்திரத் தண்ணி கரையோரப் பிரதேசங்கள்ள நுழைந்து, கரையோர நகரங்கள் அத்தனையும் முழுகிப் போயிடும். அப்புறம்தான் இருக்கு ஒரு பெரிய வெடி! ஒரு

மகத்தான வெடி வெடிச்சுத் தூளாக சிதறி மொத்தம் அரை மணியில அத்தனையும் தொம்சமாயி அனைஹிலேட் ஆயிரும்.'

'எல்லாரும் செத்துப் போயிருவமா?'

'சந்தேகமில்லாம.'

மணி, செங்கமலத்தைக் கட்டிக்கொள்ள, 'செங்கமலம் வா, ரெண்டு பேரும் கடைசி நிமிஷங்களை இன்பமாக் கழிப்போம். ஓட்டல் அறைக்குப் போயிடலாம் வா செங்கா.'

'இல்லை மணி, இந்த மாதிரி நம்பிக்கை இழந்து முயற்சி பண்ணாம விட்டுடறது கோழைத்தனம். எப்படியாவது இந்தப் பாரியை காலந்தாழ்த்தினா பாரி இருக்கறவரை ஏவ மாட்டாங்க.'

121, 'நான் புறப்படறேன் செங்கமலம்' என்றது எதிரொலியுடன்.

'கண்ணா 121' என்றாள் செங்கமலம்.

'என்ன சொல்லு? உன் குரலே என்னைச் சிலிர்க்க வைக்குதே.'

'பாரிகிட்ட அரை மணி நேரம் பர்மிஷன் வாங்கிட்டு வாயேன்.'

'எதுக்கு?'

'நாம பிரியப் போறமே. நீ வேற உலகம். நான் வேறே உலகம். ரெண்டு பேருக்கும் ஞாபகம் இருக்கும்படியா கொஞ்சம் இன்பமா இருக்கலாமே.'

'இன்பமா!' 121-க்கு கல்யாண மண்டபத்தில் நிகழ்ந்தது நினைவுக்கு வந்து, கப்பலிலே ஒரு முறை சிலிர்ப்பு அலை ஊடியது.

'இன்பம்தான், என்ன?' என்றாள் செங்கமலம், சோம்பல் முறித்துக்கொள்வது போல் உடலை வளைத்து.

121-ன் கண்கள் கொஞ்ச நேரம் வெந்து தணிந்தன.

'121, காலம் தாழ்த்தாதே. ஆர்டர் வந்துடும்.'

இப்போது 121-ன் அமைப்பு பற்றியும் 'எக்ஸ் 25' பற்றியும் சொல்லவேண்டும்.

அது ஓர் அடிமை மெஷின்தான் என்றாலும் அதற்கு ஆபத்துக்கால சக்தி ஒன்று உண்டு. ஏதாவது காரணத்தைக்கொண்டு சாரதியை இழந்துவிட்டாலோ அல்லது சாரதியிடமிருந்து ஆரோக்கியத்துக்கு முரண்பட்ட செய்திகள் வந்தாலோ, தன்னிச்சையாக இயங்க ஒரு வசதி இருக்கிறது. அந்த வசதி எல்லாவற்றுக்கும் மேற்பட்ட வசதி. அதற்குமேல் எந்த ஆணையும் அதை ஓவர்ரைட் செய்து வலியுறுத்த முடியாது. பயன்படுத்தும் பட்சத்தில் அதை ரத்து செய்ய மிகச் சிக்கலான நோரா கிரக சூப்பர் கம்ப்யூட்டரிலிருந்து உச்ச ஆணைக்குப் பாரி மனு போட்டு, அது வந்து சேரும்வரை 121-ஐ யாரும் ஏதும் செய்ய முடியாது.

இந்த வசதியைத் தப்பான காரணத்துக்காகப் பிரயோகித்தால் 121 நோரா திரும்பிய மாத்திரத்தில் அழிக்கப்படும்.

121 தீர்மானித்து விட்டது.

பாரி, 'வா கிளம்பு' என்றான்.

'பாரி, என்னை மன்னித்துவிடு. நான் அடிமை வாழ்வு வாழ்ந்தது போதும். எனக்கென்று ஒரு மனம் இருக்கிறது. சின்னச் சின்ன ஆசைகள் இருக்கின்றன. இந்த ஒரு விஷயத்தில் நீ சொல்வதைக் கேட்க முடியாமல் என் சலுகை ஆணையைப் பயன்படுத்தப் போகிறேன். எக்ஸ் 25-ஐ!'

'என்னது... எக்ஸ் 25-ஆ! உனக்குப் பைத்தியமா? காரணமில்லாமல் பயன்படுத்தினால் நோரா திரும்பியதும் உனக்கு எப்படிப்பட்ட சாவு தெரியுமா? பார்ட் பார்ட்டாகப் பிரித்துச் சித்ரவதை.'

'பரவாயில்லை, நான் அதற்கெல்லாம் தயார்.'

'என்னதான் வேண்டும் என்கிறாய்?'

'ஒரு நாளாவது, ஒரு நாளாவது அவளுடன் இன்பமாக இருந்துவிட்டுப் புறப்படலாம் என்கிறேன். இது என்ன பெரிய ஆசையா?'

பாரி யோசித்தான். இரண்டு சாத்தியக்கூறுகள் தென்பட்டன. 121-ஐ இப்போது எதிர்ப்பதில் அர்த்தமில்லை. நோரா திரும்பியதும் அதைக் கவனித்துக்கொள்ளலாம். இப்போது அது சொன்னதைச் செய்துதான் ஆகவேண்டும். இடையே நோராவுக்கு ரகசியச் செய்தி அனுப்பி மாற்று வண்டிக்கு, இத்தனை

புத்தி இல்லாத அடிமை வண்டிக்கு ஏற்பாடு செய்ய வேண்டும். இந்த உபகுப்தர் வண்டி எங்கே? இவர் வந்த வண்டி இங்கே எங்காவது இருக்குமே, அதைத் தேடிப்பார்க்கலாம் என்றால் உபகுப்தரைக் கேட்பதற்கு அவர் சிலையாக ஸ்பேர் பார்ட் இல்லாமல் நிற்கிறார்!

இவ்வாறு எண்ணங்கள் பாரியின் மனத்தினூடே தொடர, 121 மற்றொரு மார்ஃப் கேட்டுக்கொண்டது.

'என்னவாக மாற உத்தேசம்?' என்று கேட்டான் பாரி.

'மொத்தம் எத்தனை மார்ஃப் ஆகியிருக்கு இது வரைக்கும்?'

'முதல்ல குதிரை, அப்புறம் பருந்து, அப்புறம் செங்கமலம், அப்புறம் மணி, அப்புறம் ஆட்டுக் குட்டி. அஞ்சாயிருக்கு. இது ஆறாவது.'

'மொத்தம் எத்தனை இருக்கு?'

'எட்டு.'

'மிஞ்சிட்டா?'

'டி-மார்ஃப் பண்ண முடியாது. கடைசி மார்ஃப்லயே தங்கிடுவே!'

அப்போது அந்த இடத்தில் வேடிக்கை பார்க்கிறவர்கள் கூடி விட்டார்கள். கொடைக்கானலில் இத்தனை பெரிய வாகனத்தைப் பார்த்ததே இல்லை. மலை மறைவில் இவர்கள் இருந்தாலும் காட்டுத் தீ போலச் செய்தி பரவி பலர் 121-ஐயும் பாரியையும் நெருங்கிவிட்டார்கள்.

'பாரி! இந்தக் கூட்டத்திலேயே அதோ பாரு தனியா ஒருத்தன் வரான். அவனா மாற்றிடு! எனக்கு மனுஷ ரூபத்துக்கு மாறி கொஞ்ச காலம் செங்கமலத்துக்குப் பக்கத்தில் இருந்தாகணும்' என்றது 121.

அவன் பெயர் சரவணன். மதுரையைச் சேர்ந்தவன். ஒரு தனியார் கம்பெனியில் கணக்கு பார்க்கும் இளைஞன். அவனுக்குக் கல்யாணம் நிச்சயம் செய்திருக்கிறார்கள். சரவணன் அதற்குள் கொடைக்கானலுக்கு ஒரு டெம்போவில் புறப்பட்டு வந்தான். பெண் கல்யாணம் ஆவதற்குமுன் வர மாட்டேன் என்று சொல்லி விட்டதால் டிக்கெட் வேஸ்ட் ஆகிறதே என்று தனியாக

வந்திருக்கிறான். அடிக்கடி கவிதை எழுதும் கெட்ட பழக்கத்தைத் தவிர மற்றபடி உத்தமமானவன். சரவணன் அந்த விமானத்தை வேடிக்கை பார்க்க, மற்ற சனங்களோடு சென்றபோது திடீர் என்று வாகனம் காணாமல் போனதைப் பார்த்தான். தனக்கும் ஏதோ மயக்கம்போல உணர்ந்தான்.

'என்ன ஆச்சு காணாம போயிருச்சு' என்று அருகில் இருந்தவன் சரவணனைக் கேட்க, சரவணன் வடிவிலிருந்த 121, 'மார்ஃப் வாங்கிருச்சுங்க' என்று உண்மையைச் சொன்னது.

பாரி அதனுடன் சானலில், 'ஞாபகம் இருக்கட்டும். ஹெல்த் மெஸேஜ் மிஸ் பண்ணிடாதே. இருபத்து நாலு மணி நேரத்தில் வந்தாகணும்' என்றான்.

'வந்துடறேன் பாரி, கவலையே படாதே' என்று கண் சிமிட்டினான் சரவணன்.

'யார் கிட்டப் பேசறீங்க?'

'தவறினா நான் வேற ஏற்பாடு செய்துட்டு உன்னை விட்டுட்டுப் போயிருவேன். அப்ப எங்கிட்டருந்து ரிஃப்ரெஷ் கெடைக்காம ஸ்லீப் மோடுலதான் இருக்கணும். நீ வருஷக் கணக்கில் இருந்து செத்துருவே!'

'வேண்டாம் பாரி.'

சரவணன் ரூபத்தில் இருந்த 121 செங்கமலத்தையும் மணியையும் தேடிக்கொண்டு சென்றது.

மணியும் செங்கமலமும் ரொம்ப ஒட்டிக்கொண்டு ரொம்பக் கட்டிக்கொண்டு நடந்தார்கள். 'மணி, இவுங்க சொல்றது நிசமா இருக்குமா?' என்று மீண்டும் கேட்டாள்.

'எல்லாம் புருடா. வேற ஏதாவது ஏற்பாடு செய்திருப்பாங்க.'

'போலீஸ் ஸ்டேஷன்ல சொல்லிடலாமா?'

'அதுதான் நல்லது. வேணும்னா பாரியை அரெஸ்ட் பண்ணட்டும்.'

அவர்கள் போலீஸ் நிலையத்தை அடைந்தபோது இன்ஸ் பெக்டர், 'நியூ யார்க்லகூட இந்த மாதிரி போக்குவரத்து குழப்பம் கெடையாதுன்னு ஒரு டூரிஸ்ட் சொல்லிருக்காருய்யா.

கொடைக்கானல்ல ஞாத்திக்கிழமை வந்துட்டா இதான் கதி. என்னங்க?'

மணி அவரிடம் வந்து 'உலகம் அழியப் போறதுங்க.'

'அப்படியா! என்னைக்கு?' என்றார்.

'இன்னும் ஒரு நாள்ல. மலைக்குப் பின்னால பாரின்னு ஒருத்தர் நோரா கிரகத்தில் இருந்து 121-ங்கிற வண்டியில் வந்து இறங்கியிருக்காரு. அவங்க ஒரு லொக்கேட்டரைப் பொருத்திட்டு விலகிருவாங்க. அனைஹிலேட்டர் வச்சு உலகமே அழியப் போவுதுங்க.'

'அப்படீங்களா! ரொம்ப சந்தோஷம். கான்ஸ்டபிள், இவங்க தான்யா!' இன்ஸ்பெக்டர் போனை எடுத்தார்.

XX

‘இவங்கதான்யா’ என்று கொடைக்கானல் காவல் நிலைய இன்ஸ்பெக்டர் ஏன் சொன்னார் என்பது நேயர்களுக்குத் தெரிந்திருக்க நியாயமில்லை. மதுரை-கொடைக்கானல் சாலையில் இருந்த ஒரு தனியார் மனநல மருத்துவ இல்லத்திலிருந்து ஓர் ஆணும் பெண்ணும் தப்பித்துவிட்டதாக அவருக்கு வயர்லஸில் தகவல் வந்திருந்தது. அவர்கள் கொடைக் கானல் பக்கம் வரக்கூடும் என்றும் தகவல் வந்திருந்தது.

இப்போது மணியும் செங்கமலமும் உலகம் அழியப் போகும் உண்மையை அவரிடம் சொன்னதால், அவர் கோணத்தில் உடனே அவர்கள்தான் அந்தப் பைத்தியக் காரர்கள் என்னும் முடிவுக்குச் சுலபமாக வந்து விட்டார்.

‘கான்ஸ்டபிள், அழைச்சிட்டுப் போய்யா.’

‘எங்கங்க?’

‘உள்ள அழைச்சுட்டுப் போய் பக்கோடா வாங்கிக் கொடுய்யா.’

‘அய்யா, நீங்கள்லாம் உடனே செயல்படணும். உலகம் அழியப் போறது. பாரின்னு ஒருத்தர் இதுக்காக வேற கிரகத்தில் இருந்து வந்திருக்கார். மலையடிவாரத்தில் இருந்து லொக்கேட்டரை வெச்சு நோரா கிரகத்தில் இருந்து அனைஹிலேட்டரை வெச்சு நம்ம

எல்லாரையும் அழிக்கப் போறாங்க. சொன்னாக் கேளுங்க. உடனே அந்தாளை அரெஸ்ட் பண்ணி லொக்கேட்டரை எடுத்தாகணும், அவசரம்.'

'நீங்க என்னம்மா சொல்றீங்க! அதேதானா?'

'ஆமாம். 121-ன்னு வண்டி பேரு. அது குதிரையா மாறுது. பருந்தா மாறுது. ஆட்டுக் குட்டியா...'

'சரிதான். ரொம்ப முத்தின கேஸு' என்று போனில் பேசினார் தலைமை அதிகாரியோடு.

'சார், நான் கோடை போலீஸ் ஸ்டேஷன்லருந்து பேசறேன். அவங்க ரெண்டு பேரும் இங்கதான் வந்திருக்காங்க.'

'....'

'ஆமாங்க, உலகம் அழியப் போவுதாம்.'

'உக்காருங்க. உங்க பேரு என்னங்க?'

'மணி, இவ பேரு செங்கமலம்.'

இதனிடையில் சரவணன் ரூபத்தில் இருந்த 121-ம் குழப்பத்தை அதிகரிக்க, அவர்களுடன் சேர்ந்துகொண்டு 'ஹலோ செங்கமலம்' என்றது.

'ஸாரி, உங்களை எனக்குத் தெரியாது' என்றாள் செங்கமலம், சற்று ஒதுங்கி உட்கார்ந்துகொண்டு.

அவள் காதருகில் வந்து, 'செங்கமலம், நான்தான் 121. இந்த வேஷத்தில் வந்திருக்கேன். பேர்கூடத் தெரியாது' என்று தன் பையைப் பார்த்து, அதில் இருந்த இன்லண்ட் விலாசத்தைப் பார்த்து, 'எம் பேரு ஆர் சரவணன், சித்தரஞ்சன் தெரு, மதுரை.'

'க்ரேட்! 121 வந்துட்டியா, நீ இல்லாம பாரி போக முடியாது. இல்லையா?'

'ஆமாம்.'

'பாரி போகாம அவங்க வெடிக்க மாட்டாங்க இல்லையா?'

'ஆமாம். ஒரு நாள் டயம் வாங்கி வெச்சிருக்கேன். எக்ஸ்-25 சலுகை வாங்கிட்டு.'

'அப்ப அனைஹிலேட்டரை இயக்க மாட்டாங்களா?'

'ஆமா. கிளியரன்ஸ் வரணுமில்லையா.'

இந்த விநோத சம்பாஷணையை இன்ஸ்பெக்டர் கேட்டுக் கொண்டிருந்தவர், 'கொஞ்ச நேரம் கேட்டா நமக்கே பைத்தியம் புடிச்சுரும் போல இருக்குய்யா.'

'இன்ஸ்பெக்டர், எதுக்கு இவங்களை இங்க நிறுத்தி வெச்சிருக்கீங்க?' என்று சரவணன் கேட்க.

'இவங்க ரெண்டு பேரும் தப்பித்து வந்த பைத்தியங்கள்' என்றார்.

'யார் சொன்னது?'

'இப்பதான் ரிப்போர்ட் வந்திச்சு.'

'தப்பு. இவங்க மணி, செங்கமலம், மெட்ராஸ்காரங்க.'

'நீ யாரு?'

'121. நான் ஒரு டாக்கியான் இன்ஜின். இப்ப சரவணன் வடிவத்தில் இருக்கேன்.'

'சரிதான். தப்பிச்சது ரெண்டு பேரா, மூணு பேரா?'

இதனிடையே கான்ஸ்டபிள் வந்து, 'அய்யா, வரீங்களா லாக் அப் ரூமுக்கு?'

'எதுக்கு?' என்றான் மணி.

இன்ஸ்பெக்டர், 'அதான் சொன்னீங்களே, வேற்று கிரகம், வெடி வைக்கப் போறாங்கன்னு எல்லாம். அதை ஒரு ஸ்டேட்மெண்ட் வாங்கிக்க. வேற ஒண்ணும் இல்லை.'

மணி அடுத்த அறைக்குச் சென்றதும் அவன் கையில் விலங்கு மாட்டப்பட்டு அடைக்கப்பட்டான். 'செங்கமலம், செங்கமலம்' என்று அவன் குரல் கொடுக்க, செங்கமலம் என்னவோ ஏதோ என்று அடுத்த அறைக்குச் செல்ல கணவன் சிறையின் தப்பான பக்கத்தில் இருப்பதைக் கண்டு துயருற்று, 'அய்யோ... என்னது 121. என்ன இப்படிச் செய்துட்டாங்க!'

'உங்களையும் அடைக்கணும். பெண் போலீஸ் வரணும்.'

'என்ன சொல்றீங்க நீங்க?'

சரவணன் வடிவத்திலிருந்த 121, 'செங்கமலம், வா போகலாம்' என்றது.

'அய்யோ! என் கணவன்.'

'இங்கதான் இருக்கட்டுமே, பத்திரமாத்தானே இருக்கு.'

'121, என் கணவனை விடுதலை பண்ணிக் கொடேன்.'

'எப்படி?'

'இந்தப் பூட்டை உடை. ஏதாவது செய். தப்பான காரணத்துக்காக என் கணவனை அடைச்சிருக்காங்க.'

'கான்ஸ்டபிள், இந்தாளையும் உள்ளே போடுய்யா.'

121-ஐ இரண்டு ஆள்கள் பிடித்துத் தள்ளிச் செல்ல, 'எங்க போறீங்க?' என்று கேட்டுக்கொண்ட சரவணன் உள்ளே அடைக்கப்பட்டான்.

121 செக்யூர் சானலுக்குப் போய், 'பாரி, சிக்கல்ல மாட்டி னோம்பா.'

'தெரியும்! என்னடா செய்தி வரலையேன்னு பார்த்தேன்?'

'பாரி, என்னை இந்த இடத்தில் அடைச்சுட்டாங்க. இது என்ன இடம்பா?'

'ஜெயில். அங்கயே இரு.'

'செங்கமலத்தைப் பிரிச்சுட்டாங்களே பாரி, வெளிய போகணும்னா என்ன செய்யணும்?'

'போனாப் போவுது. ஒரே ஒரு டெட்டனேட்டரைப் பயன் படுத்திக்க. இல்லை வேணாம், அதிக சேதமாயிரும். இரு வரேன்' என்றான் பாரி.

சற்று நேரத்தில் பாரி அங்கு வந்து சேர்ந்தபோது செங்கமலம் பெஞ்சியில் உட்கார்ந்து அழுதுகொண்டிருந்தாள்.

மணி அவனுக்குக் கொடுக்கப்பட்ட பொறையை சுவாரஸ்யம் இன்றிக் கடித்து அதை டீயால் தொண்டைக்குள் துரத்திக்

கொண்டிருக்க, சரவண வடிவ 121 மேலே பார்த்துக் கொண்டிருந்தது.

தலையில் ஆண்டெனா முளைத்த பாரியைப் பார்த்து, 'இதப் பார்றா இன்னொரு பைத்தியம்! என்ன கோடைல ஏதாவது பைத்தியக்காரங்க மகாநாடா என்ன!' என்றார் இன்ஸ்பெக்டர்.

'என் பேர் பாரி. இந்தக் காவல் நிலையத்து அதிபரா நீர்?'

'ஆமாம்.'

'இதுஎன் வண்டி 121. இதை விடுவிக்கிறீங்களா?'

'முடியாது. மாறாக உங்களையும் உள்ளே தள்ள உத்தேசம்.'

'அது நடக்காது.'

'ஏன் நடக்காது?'

'நான் இந்த உலகத்துப் பிரஜை இல்லை. என்னைச் சிறைப்படுத்த உங்களுக்கு உரிமை இல்லை. உங்களால் நடத்த முடியாத காரியமும் கூட.'

'ஏய் கொம்பு! நான் யாருன்னு நெனச்சே! வட்டாரத்து எம்.எல்.ஏ.யைக்கூட அரெஸ்ட் பண்றதுக்கு எனக்கு அதிகாரம் இருக்குது தெரியுமா? கூத்தாடி சூட்டைப் போட்டுக்கிட்டு வந்து ஆட்டங்காட்டுறியா' என்று பாரியைப் பார்த்து இழுத்து லாக் அப் அறைக்குள் அடைத்து வைக்கப் பிரயத்தனப்பட்டார் இன்ஸ் பெக்டர்.

பாரி அதுவரை பொறுத்தவன் நகக் கணுவில் இருந்த லேசர் ஊசிக் கதிரை விடுவிக்க -

'அய்யோ போச்சு' என்று அவர் கையை உதறிக்கொண்டு கான்ஸ்டபிளைப் பார்த்து, 'என்னய்யா புட்டத்தில் ஊசி குத்துது' என்றார்.

அதற்குள் பாரி அவரது வலக் காதை வலியில்லாமல் தன் லேசர் ஆயுதத்தால் நீக்கி பத்திரமாக ரத்தம் வராமல் காட்டரைஸ் பண்ணி தனிப்படுத்தி, மேசை மேல் வைத்தான்.

'அடுத்து உம் லுல்லாவை நீக்கி விடுவேன்' என்றான்.

ஹுல்லா என்றால் என்ன என்று கேட்க முடியாதபடி இன்ஸ்பெக்டாரின் கோபம் மீற, அறையில் இருந்த ரைஃபிளை எடுத்து லோடு பண்ணி பாரிமேல் வைத்துச் சுட்டார்.

பாரியின் மார்பில் ஓட்டை போட்டுப் பொசுக்கியது துப்பாக்கி. இன்ஸ்பெக்டர் மேலும் மேலும் கார்ட்ரிட்ஜுகளை ஏற்றி ஏற்றி பாரியை இன்ன இடம் என்று இல்லாது நாலா திசைகளிலும் சுட்டுத் தள்ளினார்.

பாரி சுக்கு சுக்காக அக்கு அக்காக விழுந்தவன், விழுந்த மாத்திரத்தில் மீண்டும் தன்னை எடுத்துப் பொருத்திக்கொண்டு பழைய வடிவத்துக்கு வந்தான்.

பொத்தலான இடங்கள் எல்லாம் மீண்டும் அசட்டுச் சிவப்புக்கு வந்தன.

'நீ சாவலை? சாவ மாட்டே?' என்று இன்ஸ்பெக்டர் வெடவெடத்த கைகளோடு மேலும் வீணாகச் சுட்டார்.

'இந்த டெக்னிக்குக்குப் பேரு ரீ-மார்ஃப்!' மாலிக்யுலர் ரீ-அசெம்பிளி. நோராவில் தோட்டிக்குக்கூட இந்த சக்தி உண்டு. ஹ! ஹ! ஹ!' என்று இன்ஸ்பெக்டரை அணுகி, 'எதுக்காக துப்பாக்கிக் குண்டை வீணடிக்கிறீங்க? உங்க ஆயுதங்கள் ஏதும் எங்கிட்ட செல்லாது. பேசாம இவங்க இரண்டு பேரையும் விடுதலை பண்றீங்களா, இல்ல போலீஸ் நிலையத்தையே தரை மட்டமா ஆக்கிடவா?'

இன்ஸ்பெக்டர் தன் எதிரியின் பலத்தைப் பகுத்தறிவுடன் ஆராயும் நிலையில் இல்லாமல் மிகுந்த கோபத்தில் பாரியை நோக்கி கடைசியாக ஒரு வீர முயற்சியாகப் பாய்ந்து அவனை பயோனெட்டினால் குத்த வந்தபோது பாரி அவரைத் தன் லேசர் பிளேடினால் கழுத்தில் வெட்டினான்.

சற்று நேரத்தில் அவர் உயிரிழந்தார்.

'கான்ஸ்டபிள், கதவைத் திறக்கறீங்களா?'

கான்ஸ்டபிள், 'அய்யோ! உங்களுக்கில்லாத கதவா பிரபு! நான் ஒரு மாதத்தில் ரிட்டயர் ஆறவனுங்கய்யா. தர்ம துரையே, என்னை ஏதாவது செய்துடாதீங்கய்யா. புள்ள குட்டிக்காரன். யாரு நீங்க? கடவுளா? இல்லை, காக்கும் தெய்வம்னு சொல்வாங் களே, அவங்களா?'

'அவங்களுக்கும்மேல! இந்த உலகத்தையே அழிக்கப் போறவங்
களுக்கு கொடைக்கானல் சர்க்கிள் இன்ஸ்பெக்டர் எம்மாத்திரம்?'

'அதாங்க, வாஸ்தவங்க. அய்யா கடவுளே! தெய்வமே! எத்தனை
கதவைத் திறக்கணும் சொல்லுங்க.'

மணியும் சரவணனும் விடுவிக்கப்பட, மணி பாரியை பயமாகப்
பார்த்து, 'பாரி சார், உங்களுக்கு இத்தனை பலமா!' என்றான்.

'என் பலத்தில் பாதியைக்கூடப் பயன்படுத்தலை. இன்னும்
எத்தனை இருக்குது! மணி, எங்களுக்கு நேரமாவது. செங்
கமலம், இந்த 121 ஏதோ கேக்குது. கொடுத்துட்டன்னா போயிரு
வோம்.'

'121, என்ன வேணும் உனக்கு?' என்றாள் செங்கமலம்.

'உன்னோடு கொஞ்ச நேரம் சந்தோஷமா இருக்க விரும்பறேன்.
என்ன ரூபத்தில் வேணும்னாலும்.'

செங்கமலம் யோசித்தாள். 'மணி! தனியா வா, உன்கிட்டே
ஒண்ணு சொல்லணும்' என்றாள்.

XX

செங்கமலம் யோசித்தாள். சரவணன் வடிவிலிருந்த 121-க்குத் தன் மேல் சபலம் இருப்பது அவளுக்குத் தெரிந்தது. எப்படியாவது கால தாமதம் செய்து 121-ஐத் தன் கைக்குள் போட்டுக்கொள்ள வேண்டும். இவர்களை இவ்வுலகத்து விஞ்ஞான சக்தி எதுவும் வெல்ல முடியாது என்பதால் ஆசையால்தான் வெல்ல முடியும்.

'வாங்க' என்றாள்.

பாரி, 'இன்னும் சரியா ஒரு நாள்தான் காத்திருக்கப் போறோம். இப்பவே நோரா குய்யோ முறையோன்னு கூப்பாடு போடறாங்க தெரியுமில்லையா?' என்றான்.

சரவணன், 'இந்த ரூபம் உனக்குப் பிடிச்சிருக்கா செங்கமலம்? இல்லை மணி ரூபத்துக்கு மாத்திக் கிடவா? இல்ல வேற ஏதாவது ராஜகுமாரன், கன்னுக் குட்டி இப்படி ஏதாவது வேணுமா?'

'இப்படியே பயம் காட்டாம இருங்க சரவணன். எனக்கு என்ன ஏதுன்னு புரியவே இல்லை' என்றான் மணி.

'மணி தனியா வா' என்றாள். 'மன்னிச்சுக்குங்க. இவர் கிட்ட கொஞ்ச நேரம் அந்தரங்கமாப் பேசணும்' என்று மணியைத் தனியாக அழைத்துப்போய், 'பாரு, நாமெல்லாம் பொழைக்கணும்னா இந்த 121 மூலமாகத் தான் அது சாத்தியம். அதை எப்படியாவது மயக்கி நம்ம பக்கத்தில கட்சி மாற வெச்சு திரும்ப அவங்க நோரா

திசை கண்டேன்; வான் கண்டேன் ✻ 117

போக முடியாதபடி செய்யணும். அதுக்கு உன் ஒத்துழைப்பும் தேவை மணி.'

'நான் என்ன செய்யணும்?'

'கொஞ்ச நேரம் நடக்கறதைக் கண்டு பொறாமைப்படாம கம்முன்னு இருக்கணும்.'

'அது எப்படி முடியும்? நான் உன் கணவன் இல்லையா?'

'எல்லாரும் செத்துப் போறதை நீ விரும்பறயா?'

'இல்லை.'

'அப்ப கம்முனு கிட மணி. ஏதும் சந்தேகப்படாதே. நடக்கப் போவது கற்பிழப்பு இல்லை. சும்மா ஒரு விதமான சரசம்' என்றாள்.

'அது என்னவோ, எனக்குப் பிடிக்கலை.'

'அப்ப ரெண்டு பேருமே செத்துப் போயிடலாமா?'

'எனக்குச் செத்துப்போக விருப்பமில்லை. அது என்ன காதலா இருந்தாலும் சரி.'

'சரவணன் சார், நீங்க வாங்க' என்றாள் செங்கமலம்.

மணி விரோதத்துடன் விலகிக்கொள்ளும்போது, 'உங்க ரெண்டு பேரையும் அப்படியே குத்திக் குதறிப் போடலாம்னு ஆத்திரம் வருது.'

'செய்யுங்களேன்' என்றான் பாரி.

செங்கமலம் 121-ஐ அழைத்துக்கொண்டு ஏரியில் படகுப் பயணம் செய்தாள். தங்கக் கலரில் யுபி எக்ஸ்போர்ட் லாகர் பியர் கொடுக்க, அதை நுரைக்க நுரைக்கச் சாப்பிட்டுவிட்டு லேசான வெயிலில் 121 படுத்துக்கொண்டு பாடியது.

திசை கண்டேன் வான் கண்டேன்! உட்புறத்துச் செறிந்தனவாம்
பலப்பலவும் கண்டேன்!
அசைவனவும் நின்றனவும் கண்டேன்! மற்றும் அழகுதனைக்
கண்டேன்! நல்லின்பம் கண்டேன்!

பசையுள்ள பொருளில் எல்லாம் பசையவள் காண் பழமையினால்
சாகாத இளையவள் காண்
நசையோடு நோக்கடா எங்கும் உள்ளாள், நல்லழகு வசப்பட்டால்
துன்பமில்லை!

'ஆஹா! நல்லழகு வசப்பட்டால் போதும்' என்றது. 'கையில் ஒரு வாத்தியம் கிடைத்தால் உன்னை வாசிப்பேன்' என்றது. 'செங்கமலம், என்ன வேண்டும்? கேள், உனக்குத் தருகிறேன்.'

செங்கமலம், '121. எனக்கு வேண்டியது எல்லாம் ஒன்றுதான். நாங்கள்லாம் சாகறதை நீ நிசமாவே அங்கீகரிக்கிறியா?'

'அங்கீகரிக்கிறதுன்னா?'

'ஒப்புக்கொள்கிறாயா?'

'என்ன செய்யறது. காலக்டிக்கல் விதி அப்படியாச்சே.' சரவணன் அவளின் கரிய கூந்தலை நிரடி அவள் அருகில் திராட்சைக் கொடியைத் தொங்க வைத்துக்கொண்டே, இப்ப என்ன சொல்றே?'

'இந்தப் பாரியை எப்படி எங்களால் அழிக்க முடியும் சொல்லு?'

121 அங்குமிங்கும் பார்த்து, 'சொன்னா என்ன தருவ?'

'இன்பம்' என்றாள்.

'என்ன மாதிரி இன்பம்? விவரி!'

'உனக்கே தெரியாம கொள்ளையா ஓர் இன்பம், இந்த உலகத்துல, உங்க நோராவில, அந்த மாதிரி அனுபவத்தைப் பெற முடியாது.' செங்கமலம் யோசித்தாள். ஏதாவது கற்பனை செய்யவேண்டிய அவசரத்தில், 'அந்த இன்பத்துக்கு ஜுஜு என்று பெயர்.'

'ஜுஜு?'

'ஆமாம். அதை வார்த்தைகளால் விவரிக்க முடியாது. அதை நான் உனக்குக் கொடுக்கத் தயார். எனக்கு இந்தப் பாரியை எப்படி அழிக்கறதுன்னு ஒரு கோடி காட்டிட்டாப் போதும்!'

'அது வந்து தேவ ரகசியமாச்சே. நான் சொல்லக்கூடாதே! அதைச் சொன்னா நோராவில என்னை ஆயுள் முழுவதும் தலைகீழாத் தொங்க விட்டுடுவாங்களே.'

'121, நீ நேரா போனாதானே?'

'என்ன சொல்ற செங்கமலம்?'

'நீ இதே வடிவில் இங்கேயே இருந்துரலாம். அவ்வப்போது ஜூஜூ பண்ணிக்கிட்டு.'

'வாட் இஸ் திஸ் ஜூஜூ?'

'அதை அனுபவிச்சாத்தான் புரியும்.'

'அன்னைக்குச் சத்திரத்தில் நடந்ததே, அது போலவா? உனக்கும் மணிக்கும் ரெண்டாம் முறை!'

'அது எப்படி உனக்குத் தெரியும்?'

'தெரியும். அதைப் போலவா?'

'அதைவிட நூறு பங்கு.'

சரவணன் வடிவத்திலிருந்த 121-ன் காதுகள் சிவந்தன.

'செங்கமலம்... செங்கமலம்... செங்கமலம்...'

'ஜூஜூ.'

'பாரியுடைய ரகசியம் ஆர்கான் ஸ்டிக்ல இருக்கு, செங்கமலம்! அவன் அப்பப்போ அதை உறிஞ்சிகிட்டு இருக்கணும். இல்லைன்னா அவன் செயல்கள் மறைஞ்சிடும். அவன் இப்ப கைவசம் மூணு வச்சிருக்கான். போன முறை பீச்சில தப்பு நேர்ந்து போனதுக்கப்புறம் எப்போதும் பைலயே வச்சிருக்கான், அதனால அந்த ஆர்கான் ஸ்டிக்கைப் பிடுங்கறது கஷ்டம். ஒண்ணு வேணா செய்யலாம். மண்டைல ஆண்டெனாவைப் புடுங்கிட்டாலும் போதும்.'

'வேற எதாவது சுலபமா இல்லையா?'

'சுலபமா ஏதும் கிடையாது.'

'எங்கயாவது ஒரு வீக் பாயிண்ட் இருந்தே ஆகணும்.'

'இரு! அட்டாமிக் ஸெல்லை எடுத்துடு. ஆள் உடனே காலி.'

'அது எங்க இருக்கு?'

'அவன் பின் மண்டைல ஒண்ணு இருக்கு. அதைத் தொட்டாலே அலறுவான். ஒரு பெட்டகம் மாதிரி முதுகுப் பக்கத்தில் ஒரு முத்திரை இருக்கு. அதை நோண்டி எடுத்துட்டா சகலமும் செத்துப் போயிருவான்.'

'மணியைக் கேக்கறேன்' என்றாள்.

'மணியால முடியும்னு எனக்குத் தோணலை.'

'பின்ன?'

'பாரி தூங்கற சமயத்துல நான்தான் எடுக்கணும்.'

'எடுத்துடேன் 121, தயவு செய்து.'

'எடுத்துடறேன். ஒரு கண்டிஷன்.அதுக்கு முன்னால ஜுஜுன்னா என்னன்னு காட்டணும்.'

'எடுத்தப்புறம் காட்டறேன்.'

'காட்னப்புறம் எடுக்கறேன்.'

'என்னடா இது வம்பாப் போச்சு. அதுக்கெல்லாம் நேரம் காலம் இருக்கு 121.'

'எதுக்கெல்லாம்?'

'அதான் ஜுஜு.'

'காத்திருப்போம். அதை அனுபவிக்காம நான் மேற்கொண்டு காரியங்கள் செய்ய உத்தேசப்படவில்லை.'

செங்கமலம் திகைத்தாள். 'முதுகில எங்க இருக்கு? அதையாவது சொல்லு!'

'அதன் மூடியைக் கண்டுபிடிக்கவே முடியாது உன்னால.'

'சும்மா ஓர் அடையாளம் மாதிரி சொல்லிப் பாரேன்.'

'பொடி எழுத்தில் நோரா என்.ஆர்.ஸி.ன்னு எழுதியிருக்கும். அதும் எங்க பாஷையில. அதைக் கண்டுபிடிச்சு நெம்பித் திறந்து உள்ளுக்குள்ளே பட்டாணி சைஸில் குட்டியா ஒரு செல் மாத்திரை இருக்கும். அதை நீ எடுத்து விசிறிக் கடாசிட்டா பாரி எழுந்திருக்கவே மாட்டான்.'

'பாரிக்கு எது பிடிக்கும்?'

'எது பிடிக்கும்னா?'

'நீ இப்ப பொயட்ரியெல்லாம் படிக்கிற. அது மாதிரி அவனுக்குப் பிடிச்சது ஏதாவது உண்டா?'

'அதெல்லாம் நோராவிலதான் கிடைக்கும். இங்க வந்தா அவனுக்கு எப்போதும் அஜீர்ணம்தான்' என்று 121 சிரித்தது.

'121, என் இதயத்தைத் தொட்டுப் பாரு. எப்படி படபடனனு அடிச்சுக்குது.'

சரவணன் பார்த்து, 'ஆமா, மெத் மெத்துன்னு அடிச்சுக்குது!'

'பயத்துல நின்னுபோய்டும் மாதிரி இருக்குது, நடுங்குது.'

'குளிர்னால இருக்கலாம்.'

'வா, வந்து என்னைக் கட்டிக்கோ 121. என் சகோதரன் மாதிரி. உலகத்தைக் காப்பாத்த நான் செய்ற இந்தத் தியாக காரியத்துக்கு என்னைக் கடவுள் மன்னிக்கட்டும். வா 121.'

121 மெதுவாக செங்கமலத்தை நெருங்க, மாலை வெயில் ஏரியின் மேல் தங்கத்தை வாரி இறைத்திருந்தது. செங்கமலத்தின் உதடுகள் சரவணனுக்கு அருகருகில் வர, '121, உலகத்தைக் கடவுள் படைச்சதாச் சொல்றாங்க. அதைக் கடவுள் படைச்ச உடனே ஒரு சமாசாரத்தை உண்டுபண்ணினார். அதுதான்...'

'அதான் ஜுஜுவா.'

'இல்லை. காதல்.'

'செங்கமலம், உன்னைப் பார்த்ததும் எனக்கு என்னவோ மாதிரி இருந்திச்சே, அதுதான் காதலா?'

'அதேதான் 121.'

'உன்னைப் பார்த்த உடனே கையெல்லாம் நடுங்குதே. அது?'

'அதுவும் காதல்தான்.'

'எப்பப் பார்த்தாலும் உன்னையே பார்த்துக்கிட்டே இருக்கணும் போல தோணுதே அதும்கூட?'

‘காதல்தான்.’

‘ஒரு மாதிரி காது பக்கமெல்லாம் சுடுதே! அது, அதுதான் காதலா?’

‘ஆமாம், 121.’

‘அப்ப ஜுஜுங்கறது?’

‘காதலே இப்படின்னா ஜுஜுங்கறது அதுக்கும் மேற்பட்டது. அந்த அனுபவத்தை உனக்கு ஒருமுறை கொடுத்துட்டா பைத்தியம் ஆயிருவே. அதே வேணும்னு கேட்டுக்கிட்டே இருப்பே.’

‘பேரே நல்லா இருக்கே செங்கமலம்.’

‘ஜுஜு.’

‘வாய் போல சில மலர்கள் வாவென்றே அழைக்கும் கை போல தூயவை சில மலர்கள்!’

‘செங்கமலம், என்ன செய்யணும் சொல்லு?’

‘அந்த அட்டாமிக் பட்டன். பாரியின் உயிர்!’

‘போறேன்’ என்று பாரியை நோக்கி 121 நடந்தபோது, இந்த உரையாடல் அனைத்தையும், செக்யூர் சானலில் நோராவில் கேட்டுக்கொண்டிருந்தார்கள்.

XX

செங்கமலத்துக்கும் சரவண வடிவ 121-க்கும் நடந்த அந்த விபரீத உரையாடலை நோராவில் செக்யூர் சானலில் மானிட்டர் நிலையத்தில் வார்த்தை விடாமல் கேட்டுக்கொண்டிருந்தார்கள். தமிழில் இருந்த அந்த உரையாடலை நோராவில் அவ்வப்போது அந்தப் பாதி யந்திரன் மொழி பெயர்த்ததைக் கேட்கக் கேட்க நோராவின் பத்திரப் பிரிவைப் சார்ந்த சோமா என்கிற உபதலைவருக்கு நோரா ரக சினம் எழுந்தது.

'அப்படியா சேதி? கேவலம் ஒரு டாக்கியான் வாகனம், அற்பத்திலும் அற்ப வண்டி, மிஷனுக்கு எதிராகச் சதி செய்வதா! இந்தக் கணத்திலேயே அழி அதை! இங்கிருந்து அனைஹிலேட்டரைச் செலுத்து!'

'அழித்து விட்டால் பாரி எப்படி திரும்புவது?' என்று கேட்டார், அவருடைய உதவியாளர் உப தலைவர்.

'வேறு வண்டி அனுப்பவேண்டும். எங்கே அந்த உபகுப்தர்?'

'முதலில் சென்ற உபகுப்தர் நம் ஆணைகளையும்மீறி பூமி சென்று பாரியை நீக்க முயற்சி செய்திருக்கிறார். ஏதோ சொந்தப் பகை என்று தெரிகிறது. அதற்காக பாரி அவரை உறைய வைத்து, ஸ்பேர் பார்ட் மெல்ல வரட்டும் என்று செய்தி சொல்லியிருக்கிறான்.'

'அவர் வாகனம்?'

'வாகனம் அவரிடமிருந்து ரிஃப்ரெஷ் கிடைக்காததால் தூக்கத்தில் இருக்கிறது. அதை உயிர்ப்பிக்கலாம் என்றால் கோடை மாற்றியிருக்கிறார் உபகுப்தர்.

'ம்ம்! சிக்கல்! பாரியைக் காப்பாற்றவேண்டியது கட்டாயம். அவன் ஏதும் துரோகம் செய்யவில்லையே.'

'பாரி! பாரி!' என்று விளித்தார்கள்.

'பாரி, உன்னை உன் வாகனமே கொல்ல முயற்சி பண்ணிக் கொண்டிருக்கிறது, உனக்குத் தெரியுமா?'

'தெரிந்துதான் வைத்திருக்கிறேன். வாகனத்தை உடனே அழித்திருப்பேன். அதற்கு வேளை வரவில்லை.'

'அது பூமியிலேயே தங்கிவிட முடிவு செய்திருக்கிறது போலத் தெரிகிறது.'

'ஆம். இங்கே ஒரு பெண் ஜன்மத்தின் மோகத்தில் சிக்குண்டு கெக்கெ பிக்கே செய்துகொண்டிருக்கிறது. அதற்கு புத்தி சொல்ல முடியவில்லை.'

'உன் ஆர்கான் ஸ்டிக்கைப் பிடுங்க வருவார்கள்.'

'தெரியும்.'

'ஓர் ஆர்கான் குச்சியை மறைத்து வைத்துக்கொள். அவர்கள் பிடுங்கினதும் மயக்கம் போடுவது போல நடி. நாங்கள் அதற்குள் மற்றொரு வாகனம் அனுப்புகிறோம்.'

'விசுவாச வாகனமாக அனுப்புங்கள். 121 போன்ற அட்வான்ஸ் மாடல் வேண்டாம்.'

'சரி.'

இந்தப் பேச்சு முடிந்ததும் செங்கமலமும் 121-ம் பாரியை அணுகி, 'பாரி, எப்படி இருக்கீங்க?'

'நல்லாருக்கேன், நீ செங்கமலம்?'

'நானும் நல்லா இருக்கேன். பாரி. நாம பிரியப் போறோம்ல. அதனால இங்க சித்ரான்னு கொட்டாயி இருக்கு. எம்.ஜி.ஆர். படம் ஓடுது. எல்லாரும் பார்க்கலாமா?'

'அதுக்கெல்லாம் சமயமில்லை செங்கமலம்.'

'என்ன பாரி, ஆசையா கேக்குதில்ல. நாளைக்கு நாம புறப்பட்டுப் போறமில்லை.'

பாரி 'அப்படியா சேதி' என்று 'சரி வரேன்' என்றான்.

நோராவில் பாரிக்கு மாற்று வண்டி ஒன்று தயார் செய்து அனுப்பப்பட்டது.

கொடைக்கானலை அடுத்த டெண்ட் கொட்டகையில் நால்வரும் 'குடியிருந்த கோயில்' பார்த்துக்கொண்டிருந்தபோது சரவண வடிவ 121, 'பாரு, விலாப் பக்கம் பாக்கெட் மாதிரி இருக்கு பாரு. அதுக்குள்ளதான் ஆர்கான் ஸ்டிக் வெச்சிருக்கான்.'

'அப்படியா?' என்று செங்கமலம், மணியிடம் சொல்ல, அவன் பாரியின் விலாப் பக்கம் லேசாகத் தடவி அதை எடுக்க முயற்சி செய்த போது, பாரி அவன் கையைப் பற்றி முறுக்கி, 'இன்னொரு முறை துழாவினே, கையை முறிச்சுருவேன்' என்றான்.

மணி கலவரத்துடன், 'இல்லை, சும்மா தொட்டுப் பார்த்தேன்' என்று உளறினான்.

கொட்டகையை விட்டு வெளியே வந்தபோது சில்லென்று இருந்தது. செங்கமலம் புதுசாக டேரா போட்டிருந்த திபேத்தியர்களிடம் வாங்கிய ஷாலைப் போர்த்திக்கொண்டு, 'வா பாரி! ஏரிப் பக்கம் நடக்கலாம்' என்றாள்.

'அதுக்கென்ன! கடைசி நாள்! நாம பிரியப் போறம். என்ன 121? ஒரு நாள்ல கிளம்பறம் இல்லை!'

121 சரவணன், பாரியை வாத்ஸல்யத்துடன் பார்த்து, 'பாரி! ஒருநாள்ல புறப்பட்டுரலாம். கவலைப்படாதே' என்றது.

'எனக்கு என்னடா கவலை? நீ எப்ப ரெடியோ அப்ப நானும் ரெடி.'

'இங்கேயே இருந்துரலாமா?'

'இல்லப்பா. நம்ம மெட்டபாலிஸத்துக்கு இந்த ஊர் ஒத்து வராது.'

'அதானே.'

பாரியுடன் பேசிக்கொண்டிருக்கும்போது சரவணன் அவன் பின்னால் உட்கார்ந்து செங்கமலத்தைக் கண்ணைக் காட்ட, அவள், 'பாரி உங்கிட்ட ஒரு வேண்டுகோள்.'

'என்ன?'

'ஆர்கான் ஸ்டிக்கு ஒண்ணு உறிஞ்சற பாரு. அதை செங்கமலம் பார்க்கணுமாம்' என்றான் சரவணன்.

'எதுக்கு?'

'அது எப்படியிருக்குதுன்னு பார்க்கணுமாம் கிட்டக்க.'

'அதுக்கென்ன, தாராளமா கொடுக்கறேன்' என்று பாரி தன் பக்கவாட்டுப் பையிலிருந்து எடுத்துக்கொடுத்தான்.

'இதானா அது' செங்கமலம்.

'இது தொலைஞ்சு போச்சு, டாமேஜ் ஆயிடுச்சுன்னா என்ன பண்ணுவேன்னு கேக்கறா.'

'இன்னொண்ணு வச்சிருக்கேன்.'

'எங்கே காட்டு?'

'காட்ட மாட்டேன்' என்றான். 'அதுவும் இதே மாதிரிதான் இருக்கும்.'

'காட்டேன் பார்க்கலாம்.'

'எதுக்குக் காட்டணும்?'

'ரெண்டும் ஒரே மாதிரி இருக்க முடியாதுன்னு எங்கிட்ட பந்தயம் கட்டிருக்கா.'

இதைவிட முட்டாள்தனமான அணுகல் இருக்க முடியாது என்று பாரி மனசுக்குள் சிரித்துக்கொண்டு அதை எடுத்துக் காட்டினான். உபரியாக மற்றொன்று தன் வலக் காலின் இடப் பாக்கெட்டில் செருகியிருந்ததால் தயங்காமல் அதை எடுத்து அவளிடம் காட்ட, 'அட ஒரே மாதிரி இருக்கே' என்றாள்.

'121, நீ சொன்னது சரியே.'

'பாரி, ஏமாந்து போவியா?'

'ஏன்?'

செங்கமலம் இரண்டு ஆர்கான் குச்சிகளையும் ஏரியில் வீசி எறிந்தாள்.

'ஐயோ! என்ன செய்துட்டே!' என்று பாரி கலவரத்துடன் கேட்டான்.

'ஏரியில் எறிஞ்சாச்சு.'

'121. போய் அதை எடுத்துக்கொடு. இல்லைன்னா எனக்கு ரிஃப்ரெஷ் கிடைக்காது.'

'அதுதான் உத்தேசம் அல்லது குறிக்கோள்' என்றது 121.

'ஏய் துரோகி. நான் அழிஞ்சு போய்டுவேண்டா. எடுத்துக் கொடுத்துரு. என்ன வேணும் உனக்கு?'

'இத்தனை அழகான இடத்தை, இத்தனை அழகான மனிதர்களை அழிக்கிறது மகா மட்டமான காரியம். அதனால் நான் உன்னை நோரா திரும்ப முடியாம செய்யறதுக்கு இது ஒண்ணுதான் மார்க்கம். நீ கிரகத்தை விட்டு விலகி 'விண்வெளியில் பாதி மார்க்கம் வந்துட்டே'ன்னு செய்தி வரவரைக்கும் அவங்க அழிக்க மாட்டாங்க. அதனால ஆர்கான் சப்ளை இல்லாம அழிஞ்சு போ. பரவாயில்லை.'

பாரி மயக்கம் வந்ததுபோலத் தரையில் படுத்துக்கொள்ள, '121, நீ செய்த துரோகத்துக்கு உனக்கு அங்கே தண்டனை என்ன தெரியுமில்லையா?'

'தெரியும். அங்க போனால்தானே.'

பாரி தடுமாறினான். ஓரத்தில் படுத்துக்கொண்டு தூங்குவது போல, அசைவற்றுக் கிடந்தான். எல்லாம் போலி.

'அவ்வளவுதான், இவன் செத்தான். இனிமே நீங்க ரெண்டு பேரும் நிம்மதியா மூச்சு விடலாம்.'

'121, உனக்கு எப்படி நன்றி சொல்றதுன்னே தெரியலை. உலகத்தையே காப்பாத்தினாயே!'

'எப்படி நன்றி தெரிவிக்கிறதுன்னு சொல்லிருக்கேனே! அதான் ஜுஜு!'

'ஓ, அது ஒண்ணு பாக்கியிருக்கில்லை!'

அப்போது பாரிக்கு ரிலீஃபுக்கு அனுப்பப்பட்ட மற்றொரு வண்டி நோரா கிரகத்தில் இருந்து புறப்பட்டு விட்டது. பாரியை அவர்கள் அங்கே விட்டுவிட்டு நேராக போட் கிளப்புக்குச் சென்றனர். மணியை அழைத்து வந்திருந்த டூரிஸ்ட் பஸ் சதா ஹாரன் அடித்து அவர்களைக் கூப்பிட, 121 அவர்கள் பின்னால் ஓடும்போதுதான் கலக்கம் தோன்றியது. அடடா! என்ன காரியம் செய்து விட்டோம். இந்தச் சரவணன் வடிவத்தில் மார்ஃப் வாங்கிக் கொண்டு விட்டேன். இதிலிருந்து பழைய வடிவத்துக்கு வர முடியாது.

லண்டன் அருகில் இருந்த ரேடியோ டெலஸ்கோப் நிலையத்தில் அந்தச் சப்தம் முதலில் கேட்டது.

XX

லண்டனுக்கு அருகில் இருந்த ரேடியோ டெலஸ்கோப் மையத்தில் அசாதாரணமாகப் பொறிப்பது போல ஓசைகள் தெரிந்தன. மில்லிமீட்டர் அலைவரிசைகளில் மிகவும் காட்டமான ரேடியேஷனை உணர முடிந்தது. இந்த மாதிரியான விளைவை அவர்கள் இதுவரை பார்த்ததில்லை. லண்டன் பிரிட்டிஷ் அரசின் மிலிட்டரி கேந்திரத்தின் டிபென்ஸ் செக்ரெட்டரிக்குச் செய்தி போக, அவர்கள் வார் ரூமில் கூடி முப்படையுடன் ஆலோசித்து அமெரிக்காவை அலர்ட் செய்தார்கள்.

அதே போல், பாரிஸ், டோக்கியோ போன்ற பல தலை நிலையங்களுக்குத் தகவல் பரவுவதற்குள் அவர்களும் அந்த விரோத ரேடியேஷனைக் கவனித்து, என்ன செய்வது என்ற உலகம் பூராவுமுள்ள வானியல், விண்வெளியியல், மிலிட்டரி நிபுணர்கள் அனைவரும் கையைப் பிசைய, ஐ.நா. தகவல் நிலையம், அமெரிக்க விமானப் படையின் ரிப்போர்ட், பாரி ஐ.நா. தலைமைச் செயலகத்தில் உலகத் தலைவருக்கு எழுதி வைத்திருந்த எச்சரிக்கைக் கடிதம் இவற்றை எல்லாம் ஒட்ட வைத்துப் பார்க்கும்போது, ஒரு மகத்தான ஆபத்து பூமியை அணுகிக்கொண்டிருக்கிறது என்று தெளிவாகப் புரிந்தது.

அமெரிக்க ஜனாதிபதிக்கு வெள்ளை மாளிகையில் ப்ரீஃபிங் நடந்தது. அவசரக் கூட்டத்தில் உச்சகட்ட

ராணுவ, கடற்படை, விமானப் படைத் தலைவர்கள் கூடியிருக்க, 'என்ன செய்வது என்பதை நீங்கள் சொல்லவேண்டும். நம்மை நோக்கி ஆண்ட்ரமீடா காலக்ஸியின் திசையிலிருந்து ஒரு பொருள் வந்து கொண்டிருப்பது ஊர்ஜிதப்படுத்தப்பட்டு விட்டது. அதன் போக்குப் பாதையைக் கணிக்கும்போது அது நம் பூமி மேல் வந்து மோதும் சாத்தியக் கூறு இருக்கிறது. அது பற்றி நமக்கு ஓர் எச்சரிக்கை ஐ.நா. காரியாலயத்துக்கு வந்ததும், அண்மையில் விநோத வஸ்துக்கள் நம் வானத்தில் பறந்ததும், அதை அழிக்க நம் விமானப் படை எய்த ஆயுதங்களும் விமானங் களும் அந்த அசாதாரண சக்தியால் நாசமாக்கப்பட்டிருந்ததும் ரிப்போர்ட் மூலம் கொடுக்கப்பட்டது.'

இப்போது -

'அதை ஏன் முன்பே சொல்லவில்லை? எங்கே அந்த ஆசாமி, என்ன பேர்?'

'பாரி!'

'இந்தியாவின் ஒரு மலைப்பாங்கான இடத்தில் தென் இந்திய மலை வாசஸ்தலம் - கொடைக்கானல் என்று பெயர் - அதில் இருகிறான். ஆனால், அவனை அழிக்க முடியவில்லை. அசாதாரண அமானுஷ்யப் பிரஜை!'

'இப்போது என்ன செய்வது?'

'இங்கிருந்து அதே மில்லிமீட்டர் கதிர்களில் வீச்சுக்களைப் பயன்படுத்தி அதை ஜாம் பண்ணப் பார்க்கிறோம். இதுவரை அது திசை மாறவில்லை. உலகெங்கும் ஓர் அறிக்கையும் விடுத்திருக் கிறோம். அதன் லொக்கேட்டரைக் கண்டுபிடிக்க வேண்டும்.'

இந்தச் சமயத்தில் செங்கமலமும் சரவணனும் மணியும் கொடைக்கானல் பேருந்து நிலையத்தில் ஒரு டீக்கடையில் அந்த அறிவிப்பைக் கேட்டார்கள்.

'ஒரு முக்கிய அறிவிப்பு. நம் பூவுலகத்தை நோக்கி ஒரு வலுவான ஏவுகணை அல்லது கலம், வேற்று காலக்ஸி, வேற்று கிரகத் திலிருந்து வந்துகொண்டிருப்பதாகத் தகவல் வந்திருக்கிறது. அது ஏவுகணையா வாகனமா என்று தெரியவில்லை. இருந்தும் ஐ.நா. வேண்டுகோளின்படி இதைப் பற்றி ஏதேனும் தகவல்

உள்ளவர்கள் உடனே கீழ்க்காணும் எண்ணுக்கு போன் செய்தால் உடனே அமெரிக்காவில் இதற்காக உலகைப் பாதுகாக்க அமைக்கப்பட்டிருக்கும் நெருக்கடி கேந்திரத்துடன் தொடர்பு கொள்ள முடியும். அறிவிப்பு ஒரு முக்கிய அறிவிப்பு...' இவ்வாறு திரும்பத் திரும்ப ரேடியோ ஒலித்தது.

அந்த எண்ணைச் சுழற்றி மணிதான் பேசினான். 'ஹலோ நான் மணி பேசுகிறேன். அந்த ஏவுகணையை வரவழைக்கப்போகும் பாரியை நாங்கள் செயலிழக்க வைத்துவிட்டோம். அவன் வாகனமான 121 எங்களிடம்தான் இருக்கிறது. சரவணா பேசு' என்று போனைத் துடைத்து 121-இடம் கொடுத்தான் மணி.

121 அதைக் காதில் வைத்து, 'ஹலோ நான் 121, பாரியின் வாகனம் பேசுகிறேன்!'

'எங்கிருந்து?'

'கொடைக்கானல்.'

கொடைக்கானல் என்றதும் ஐ.நா. கேந்திரமே எச்சரிக்கை நிலைக்கு வந்துவிட்டது. மானிட்டர்களில் அந்தக் குரல் ஒலித்தது. ஜப்பானில், வாஷிங்டனில், லண்டனில், புது டில்லியில் எங்கும் காதைத் தீட்டிக்கொண்டு கேட்டார்கள்.

'பாரியைச் செயலிழக்க வைத்துவிட்டோம். கவலை வேண்டாம்.'

'அவனைச் செயலிழக்க வைத்து விட்டோம் என்று எப்படிச் சொல்கிறாய்?'

'அவனுடைய ஆர்கான் ஸ்டிக்கை நீக்கிவிட்டோம். அதனால் அவனுக்கு இப்போது ரிஃப்ரெஷ் கிடைக்காமல் ஸ்லீப் மோடுக்கு... வெயிட் எ மினிட்...' என்று சரவணன் எதிரே பார்த்தான்.

பாரி மெல்லச் சிரித்துக்கொண்டே அவர்களை அணுகிக் கொண்டிருந்தான். 'ஏண்டா, என்னைக் கொல்லவா பார்க்கறீங்க! அது முடியுமா இயந்திரப் பதரே!'

'பாரி இன்னும் தூங்கவில்லை. இங்குதான் இருக்கிறான்! பாரி, நீ...'

'121, என்ன சொல்கிறாய்?' என்று அமெரிக்கா கேட்டது.

'நான் முன்பு சொன்னது எல்லாம் ரத்து. பாரி உயிருடன் இருக்கிறான்.'

பாரி அவனருகே வந்து அந்தப் போனைக் கையில் பிடுங்கிக் கொண்டு, 'யார் பேசுவது? ஐ.நா. தலைவரா' என்றான் மிடுக்குடன்.

'ஐ.நா.வின் பிரதிநிதிதான், சொல்லு.'

'நான்தான் பாரி. நோரா கிரகத்திலிருந்து பூமிக்கு அனுப்பப் பட்டவன் நான். ஒரு மேம்பாலம் கட்டுவதற்காக பூமி என்னும் உங்கள் கிரகத்தை அழிப்பதற்காக ஐ.நா. விதிகளின்படி உங்கள் உலகத் தலைவருக்குக் கடிதம் எழுதிவிட்டு வந்தேன். குறிப் பிட்ட நேரக் கெடுவில் உங்கள் ஆள்களிடமிருந்து அதற்கான ஆட்சேபணைகள் ஏதும் வரவில்லை. அதனால் இந்தப் பூமியை அழிப்பதற்கு ஏற்பாடுகள் செய்துவிட்டோம். உங்களுடைய விஞ்ஞானத்தின் எந்தவித சாகசங்களும் எங்களிடம் செல்லா. என்னை அழைத்துப்போவதற்கு இன்னும் சில பார் செகண்டுகளில் வேறு வண்டி வந்து விடும். நேற்றே நடந்திருக்க வேண்டியது. என் வாகனமான 121, விதிகளை மீறித் துரோகம் செய்ததால் வேறு வண்டி ஏற்பாடு செய்ய வேண்டியிருந்தது. இனி இந்த உலகத்தை அழிப்பதற்கு எந்த விதத் தடையும் இருக்காது. வண்டி இதோ வந்து இறங்கி விட்டது. நான் போகிறேன். இன்னும் நான் உங்கள் விண்வெளியை மீறி ஒரு வருஷம் தூரம் போனதும் அனைஹிலேட்டர் அனுப்பப்படும். அது டாக்கியான் விதிகளின்படி சில செகண்டுகளில் உங்களை அடைந்து நீங்கள் அனைவரும் அழிக்கப்படுவீர்கள். துன்பம் ஏதும் இருக்காது. உங்களை எது தாக்கியது என்று தெரிவதற்குள் அனைவரும் ஹதம்.'

'வெய்ட் பாரி. லெட்ஸ் டாக் இட் ஓவர்! நான் அமெரிக்க ஜனாதிபதி பேசுகிறேன்! பாரி, பாரி, ப்ளீஸ்!'

'அமெரிக்கா எல்லாம் எங்களுக்கு சுண்டைக்காய். கிரகமே மொத்தமாக அழியப் போகிறது. அமெரிக்கா என்ன? ஆப்பிரிக்கா என்ன? கறுப்பு என்ன? வெள்ளை என்ன? உங்கள் அனைவருக்கும் ஒரு சில செகண்டுகளே இருப்பதால் ஏதாவது

உருப்படியாக மண்டியிட்டு உங்கள் கடவுள்களைப் பிரார்த்தனை செய்யுங்கள். இதோ என் வண்டி வந்துவிட்டது!'

பாரிக்கு அனுப்பப்பட்ட மற்றொரு டாக்கியான் வண்டி வந்து உஷ்ண மூச்சு விட்டு, 'பாரி வாங்க போகலாம். உங்களை நோரால வுட்டுட்டு இன்னொரு பாட்ச் ரவி, மாலான்னு ஒரு கிரகத்தில் இருந்து பிக் அப் பண்ணிக்கணும். எங்கே அந்த 121?

'ஏண்டா, இப்படி நம்ம வாகனங்கள் பேரைக் கெடுத்துக்கிட்டு... எஜமான் சொன்னதைக் கேக்க மாட்டியா? நம்ம வாகனங்களோட கடமை என்ன? எதுக்காக சிந்தனையெல்லாம் பண்ணிக் கிட்டு... பாவம், பச்சாதாபம், காதல், அன்பு எல்லாம் ஏற்பட்டுச் சாமே உனக்கு!

'பாரியோட ரிப்போர்ட் பார்த்தேன். செத்து ஒழி! உனக்கு விமோசனமே கெடையாது. ஒழி. வாங்க பாரி. நான் விசுவாசி. ரொம்ப நேரம் தங்கவேண்டாம். இந்த 121 எல்லாரையும் கெடுத்துடுவான்!'

பாரி பக்கத்தில் சுளை பிளந்த கதவின் உள் நுழைந்து கொள்ள, உள்ளே ஊஷ் என்று மூச்சு விட்டது புதிய வண்டி, 'போகலாமா?'

'நேரா நோராதானே?'

'ஆமாம்.'

பாரி சன்னல் வழியாகப் பார்த்தான். பூமியின் பச்சை சதுரங்கள் தெரிந்தன. இந்தியத் துணைக் கண்டத்தின் விளிம்புகள் தெரிந் தன. மேகங்கள் அங்கங்கே மூடிய வானமும் கடலும் கடற்கரை யும் முழு துணைக் கண்டமும் தெரியத் தெரிய, பூமி ஒரு நீல நிறக் கோளமாக மொத்தமாகத் தெரிய, 'விடை பெறுகிறேன். பூமியே! சுமாராக வாழ்ந்தாய். சுமாராக அறிந்தாய். பல விஷயங்களில் முன்னேற்றம் கண்டு ஞானங்கள் பயின்றாய். சில விஷயங்களில் மிகவும் பின்தங்கினாய். உன்னை அழிப்பதில் எங்களுக்கு எந்தவித மனச்சாட்சித் தொந்தரவும் இல்லை. போகிறேன். பூமியே, விடைபெறுகிறேன். இன்னும் சில கணங்களில் நீ பொடிப் பொடியாக தூள்தூளாகப் பிரம்மாண்ட வெளியில் சிதறுவாய். அதற்குள் உன் பாடல்களைப் பாடி விடு. உன் மனங் களைச் சுத்தமாக்கி விடு. உன் சண்டைகளை மறந்து கொஞ்ச நேரமாவது - கொஞ்சமே கொஞ்ச நேரமாவது அண்டாண்ட

கோடிகளில் நிறைந்திருக்கும் அந்த மகா சக்தியை நினைத்துப் பார். அந்தச் சக்தியின்முன் நீ எத்தனை துச்சம் என்பதை எண்ணிப் பார். போகிறேன். பூமியே! போகிறேன்!'

பாரி ஓர் ஒளி வருஷ தூரத்தை எட்டியதும் நோராவுக்கு தகவல் கொடுத்தான். 'நோரா! அனைஹிலேட்டரை அனுப்பலாம். எல்லாமும் தயார்!'

'குட் வொர்க் பாரி!' என்று நோரா கேந்திரத்தில் பூமியை அழிக்க அனைஹிலேட்டரின் விசையில் அந்த மெல்லியந்திரன் விரல் வைத்தான்.

செங்கமலம், போச்சு. எல்லாம் போச்சு' என்றது 121.

'என்ன 121?'

'இன்னும் சில செகண்டில்... பாரி போயிட்டான். இந்நேரம் அபாயக் கோட்டை க்ராஸ் பண்ணியிருப்பான். இந்நேரம் விசையை அமுக்கியிருப்பாங்க. என் கணக்கின்படி பத்து புள்ளி எட்டு செகண்டில் அந்த அனைஹிலேட்டர் நம்ம பூமியை வந்து சேர்ந்துரும். எனக்கும்... அழிவு. நாசம் சர்வ நாசம். ஒம்பது...'

'எல்லாரும் எங்கயாவது ஒளிஞ்சுக்க முடியாதா? பாலத்துக்கு அடியில் போய் பதுங்கிக்கலாமா? 121, ஏதாவது செய்யேன்!'

'என்னால ஏதும் செய்ய முடியாது. நான் ஒரு வெற்று இயந்திரம். செங்கமலம், இன்னும் எட்டு செகண்டுதான் இருக்கு. அதுக்குள்ள ஜுஜுன்னா என்னன்னு சொல்லிடு கண்ணே! குட்டிக் கண்ணே! ஏழு... ஆறு!'

'121, சொன்னா உலகை அழிவிலிருந்து காப்பாத்த முடியுமா?'

'காப்பாத்த முடியாது... ஆனா ஒரு கேள்வி விடையளிக்கப்படாம எதுக்கு உலகம் செத்துப் போகணும்? அஞ்சு நாலு... இந்நேரம் நிச்சயம்!' உலகத்தில் எல்லாரும் வானத்தைப் பார்த்துக் கொண்டிருக்க -

'அதோ!'

சில மணி நேரங்கள் பின்னோக்கிச் செல்லவேண்டும். அந்தக் கடைசி கண நிமிஷங்களில் உலகம் பூராவும் அந்தச் செய்தி, எப்படியோ பரவி விட்டது. ரேடியோ, டெலிவிஷன், கேபிள், சாட்டிலைட் போன்ற பல சாதனங்களால் எல்லா இடத்திலும் ஒரே செய்திதான்.

உலகம் அழியப் போகிறது. மற்றொரு கிரகத்தில் இருந்து நம்மைத் தாக்க ஓர் ஆயுதம் விரைந்து வரப் போகிறது. அதை நாம் தடுக்க முடியாதபடி அத்தனை சக்தி படைத்தது.

இந்தச் செய்தி கலக்கமாக, பீதியாக வடிவெடுத்து நகரங்கள், கிராமங்கள், மலைப்புறங்கள், தீவுகளின் விளிம்புகள், எங்கெங்கே மனித மூச்சு கேட்கிறதோ, அங்கெல்லாம் பரவி மக்கள் அவரவர் முடிவு தெரியா மல் மூலை முடுக்குகளில் எல்லாம் கூடிப் பேசினார்கள். என்ன செய்யலாம் என்று ஒருத்தருக்கு ஒருத்தர் ஆலாசனை சொல்லிக்கொண்டார்கள். அந்த யோசனை களை யாரிடம் சொல்வது என்று தேடிக் கொண்டிருந் தார்கள்.

தலைவர்கள் தம் கடைசி நிமிஷங்களில் குடும்பத்துடன் சேர்ந்திருக்கும் நோக்கத்துடன் தலைமறைவாகி விட்டார்கள். இன்னும் சில நிமிஷங்கள்தான் வாழப் போகிறோம் என்கிற கோணத்தில் உலக வாழ்க்கையின் பல செயல்கள் அர்த்தமிழந்து, ரத்தமிழந்து விட்டன.

ஏழை யார், பணக்காரன் யார், கோழை யார், வீரன் யார், அழகி யார், குரூபி யார் என்று யாரும் கண்டு கொள்ளவில்லை.

கடைகளின் எல்லாக் கதவுகளும் திறந்து யார் வேண்டுமானாலும் என்ன வேண்டுமானாலும் எடுத்துச் செல்லலாம் என்று அறிவித்துவிட்டார்கள். பள்ளிக்கூடங்கள், கல்லூரிகள் அனைத்தும் மூடப்பட்டு விட்டன. கோயில்களின் அனைத்துக் கதவுகளும் திறந்தன. தாங்க முடியாத கூட்டம். அவரவர் பெயரில் அர்ச்சனை பண்ண நேரமில்லாமல் இன்ன தெரு, பேட்டை, நகரம், நாடு பெயரில் 'ஆம்னி பஸ்' அர்ச்சனைகள் நடைபெற்றன. சிலர் கடைசி நிமிஷங்களைக் குடித்தே ஒழித்து விடுவது என்று ஒயின் ஷாப்புகளுக்குப் படையெடுத்தார்கள். அங்கே எல்லாப் புட்டிகளும் திறந்து வைக்கப்பட்டு, வேண்டுமட்டும் குடியுங்கள் என்று போர்டு எழுதி நாற்காலி வசதி பண்ணியிருந்தார்கள். ஓட்டல் பட்சணங்களை வேண்டு மட்டும் தின்னவும் என்று போர்டு எழுதிவிட்டார்கள்.

இந்துக்கள் சர்ச்சுகளுக்குப் போனார்கள். முஸ்லிம்கள் ராமனைத் தொழுதார்கள். கிறிஸ்தவர்கள் அல்லா என்றார்கள். ஏதாவது கடவுள் மாட்டினால் போதும் என்று சுடலைமாடனுக்குக்கூட ஏராள அபிஷேகம் நடந்தது.

கடன்களைத் திருப்பிக்கொடுத்தார்கள். வங்கிகளைத் திறந்து வைத்து இரும்புப் பெட்டிகள் வாய் திறந்திருப்பினும் யாரும் பணம் எடுக்க வரவில்லை. பிச்சைக்காரர்கள் நூறு ரூபாய் நோட்டுகளால் காது குடைந்தார்கள். ஐந்நூறு ரூபாய் காந்தித் தாத்தா நோட்டுகளை மாடுகள் மென்றன. கோர்ட்டில் கேஸ் போட்டவர்கள் எதிராளி களைக் கண்ணீருடன் கட்டி முத்தமிட்டார்கள். அப்பாக்கள் காதல் திருமணங்களை உடனே அங்கீகரித்தார்கள். நின்றுபோன திருமணங்கள் அவசரமாக நடந்தேறின.

தாலிக்கு நேரமின்றி சும்மா ஒரு முத்தம் போதும், திருமணம் ஓவர் என்றார்கள்.

பக்தி காஸட்டுகளுக்கு அடித்துக்கொண்டார்கள். ஸ்தோத்திரப் புத்தகங்கள் காணாமல் போயின. விஞ்ஞானப் புத்தகங்கள் கொளுத்தப்பட்டன. யார் வேண்டுமானாலும் யாரை வேண்டுமா னாலும் கட்டிப் பிடிக்க, தடவ முடிந்தது. பெண்களும் ஆண் களும் கை கோர்த்து படை படையாகத் தெருவில் நடந்து செல்ல,

'வலியில்லா சாவு' பற்றி ஒருவர் தெருக்கோடி லெக்சர் கொடுத்தார்.

ஜெயில்கள் திறந்து விடப்பட்டன. ரயில்கள் காலியாக ஓடின. ஒரு சாரார் போவோர் வருவோரையெல்லாம் கண்ணீருடன் கை குலுக்கினார்கள். ஒரு சாரார் டெலிவிஷன் பெட்டிகளை உடைத்தார்கள். ஒரு சாரார் கவர்னர் மாளிகையையும் ஐந்து நட்சத்திர ஓட்டல்களையும் படையெடுத்து பாத்ரூம் தொட்டிக்குள் உட்கார்ந்து வெந்நீரைத் திறந்தார்கள்.

பெரும்பாலான மக்கள் இதுவரை அவர்கள் செய்திராத செயல்களைத்தான் செய்ய ஆசைப்பட்டார்கள். பாட்டிகளும் பேத்திகளும் தம் அடித்தார்கள். அர்ச்சகர்கள் குதிரைச் சவாரி செய்தார்கள். மாமிகள் கவுன் போட்டுக்கொண்டார்கள். இளம் பெண்கள் துரத்தப்பட்டு, சிரித்துக்கொண்டே ஓடினார்கள்.

செங்கமலமும் மணியும் சரவணனும் உலவிய கொடைக்கானல் தெருக்களிலேயே இப்படி என்றால் உலகின் மற்ற பாகத்தில் எவ்வாறு இருக்கும் என்ற வியப்புடன் ஒரு காலி பஸ்ஸை நோக்கிச் சென்றார்கள். சரவணன் அதன் டிரைவர் சீட்மேல் உட்கார்ந்து ஓட்டிப் பார்க்க, மணியும் செங்கமலமும் பின் சீட்டில் படுத்துக்கொண்டு காணாமல் போனார்கள். அவர்களுக்குக் காதல் செய்ய நேரம் இன்னமும் மிச்சமிருந்தது.

அந்தப் பொருள் பூமியை அணுகிக்கொண்டிருந்தது. அத்தனை ரேடார் நிலையங்களிலும் எச்சரிக்கை அலார்ம்கள் அலறின. ஜனாதிபதியின் அவசரக் கூட்டம் தீர்மானித்தது. மிஸைல் ஏவுகணை ஏவி திசை திருப்பவேண்டும் என்று நாசா நிறுவனம், கலிபோர்னியாவில் உள்ள லாரன்ஸ் லிவர்மோர் ஆராய்ச்சி நிலையம் ஆகியவற்றில் விஞ்ஞான விற்பன்னர்கள் கூடிப் பேசிக் கொண்டு நம்மை நோக்கி வரும் ஆஸ்டிராய்டு போன்ற வஸ்துவைத் தென் திசை திருப்ப ஒரு மிஸைல் அனுப்பி அதனை அருகில் வெடிக்க வைக்க அவசர அவசரமாக அதன் பாதையைக் கணக்கிட்டுக்கொண்டிருந்தார்கள. ஆனால், அந்த ஏவுகணைகளை இயக்குபவர்கள் அனைவரும் வீட்டுக்குப் போய்விட்டார்கள்.

மேலை நாடுகளில் பெரும்பாலான தெருக்கள் காலியாகி பிசாசு நகரங்கள் போல இருந்தன. அத்தனை டிவி பெட்டிகளும் நம்மை நோக்கி வரும் அந்தப் பொருளைத்தான் காட்டின.

'கவலைப்படாதே. அவங்க நேரா அடிக்க மாட்டாங்க. வந்து வானத்தில மிதந்து மெஸேஜ் கொடுப்பாங்க. சமாதானமா வரயான்னு பூமியைத் தஞ்சமடையச் சொல்வாங்க. அழிக்க மாட்டாங்க!'

'அதன்மேல் நாம ஏவுகணைகளை விடுவதால் கோபித்துக் கொண்டுவிட்டால் என்ன செய்வோம்?'

'ஏவுகணைகள் இன்னும் செல்லவில்லையே?'

'ஏன்?'

'ஏவலர்கள் அனைவரும் வீட்டுக்குப் போய் தத்தமது குடும்பத்தின ருடனும் மனைவி குழந்தைகளுடனும் கடைசிக் கணங்களைச் செலவிடுவதற்குச் சென்றுவிட்டார்கள். அதனால்...'

டில்லியில் அகண்ட பஜனை நடத்தினார்கள். பூமியைக் காப்பாற்றும்படி ராமர், கிருஷ்ணர், குரு நானக், அல்லா, ஜீஸஸ் அனைவரையும் மாற்றி மாற்றி வேண்டிக்கொண்டார்கள். ஒரு தாத்தா டிவியில் இடைவிடாமல் சாரங்கி வாசித்தார்.

வஸ்து நெருங்க நெருங்க அகண்ட பஜனைகள் துடித்துத் துடித்து கடவுளைப் பாடின.

'தேவதார விருட்சங்களே புலம்புங்கள். கேதுரு மரங்கள் வழிகின்றன. பிரபலமானவை பாழாக்கப்படப் போகின்றன. பர மண்டலத்தில இருக்கும் பரம பிதாவே, இவர்களை மன்னியுங்கள். தாம் என்ன செய்கிறோம் என்று அறிந்திலர்...'

நோரா கிரகத்தில் இந்தக் கைதட்டல்களை எல்லாம் புன்னகையுடன் கேட்டு, பார்த்துக்கொண்டிருந்தார்கள்.

'சரியான பைத்தியங்கள் இந்த உலகத்துக்காரர்கள்' என்றான் மெல்லியந்திரன் என்கிற ஒரு நோரா விஞ்ஞானி.

'இன்னும் சில செகண்டுகளே உயிர் வாழ இருக்கும்போது நீ என்ன செய்வாயாம்?' என்று அவன் சகா கேட்டான்.

'எனக்கு அந்தப் பிரச்னை இல்லையே, நானாக இருந்தால் தற்கொலை செய்துகொள்ள முயற்சி செய்வேன்.'

'ஏன் அப்படிச் சொல்கிறாய்?'

'அந்த ஓர் அனுபவம்தான் அவர்கள் இன்னும் அனுபவித்துப் பார்க்கவில்லை. ஆளுக்கொரு கயிறு எடுத்துக்கொண்டு தூக்கில் தொங்கிப் பார்க்கவேண்டும்' என்றான் மெல்லியந்திரன்.

அப்போது அவர்களுக்கு நோரா தலைமைக் கேந்திரத்தில் இருந்து செய்தி வந்தது.

அதே சமயம் பூமியை நோக்கி வந்து கொண்டிருந்த நோராவின் அனைஹிலேட்டர் நம் வானத்தில் தெளிவாகத் தெரிந்து, 'அதோ வருகிறது! அதோ! அதோ!' என்று மக்கள் அனைவருமே வெள்ளம்போல் ஆர்ப்பரிக்க -

என்ன நிறம், என்ன நிறம், வெள்ளி போல்! அதிலிருந்து வரும் புகையைப் பார் பச்சையாக! இப்போது அதை வணங்குவதைத் தவிர வேறு மார்க்கமில்லை.

பச்சை வால் தேவதையே! பசுமையின் வடிவே! திருவே! எங்களைக் காப்பாற்று. எங்களை நீ அழிக்காமல் விட்டு வைத்தால் நாங்கள் உனக்கு ஆயிரம் வருஷம் சேவகம் பண்ணுகிறோம். காப்பாற்று தாயே! எங்களை அநியாயமாகக் கொல்லாதே! எந்த விதிப்படியும் நியாயமில்லை. ஜீவனுள்ள ஒரு கிரகத்தை அடியோடு அழிப்பது, அதுவும் கேவலம், ஒரு மேம்பாலத்துக்காக... இது அநியாயம். பச்சை தேவதையே! எங்களைக் கொல்லாதே! கொல்லாதே!

அண்ட பகிரண்ட முழுதும் ஆனந்த ஜோதியாக
கண்டு உருண்டு வரும் காளி மகமாயி தேவி
பண்டொருநாள் பக்தர்களை பச்சைக் கன்னி நீ மன்னித்தனை
இன்று மட்டும் விலகிப் போ இனிமேல் நாம் தவறு செய்யோம்

என்று ஜால்ரா பஜனை உச்ச ஸ்தாயிக்கு உயர்ந்தது.

அது! இப்போது மிக அருகில் வந்து விட்டதால் சூரியனை மறைத்து பூமியில் இருட்டு பரவ ஆரம்பிக்க, அத்தனை விளக்கு களையும் ஏற்றினார்கள். வானத்து வண்ணத்திகிரி போல அது அடைத்துக்கொண்டு மிதக்க, அதிலிருந்து முதல் ட்ரேஸர் தீற்றல் ஸிர்ர்ர்ர்க் என்று பதம் பார்ப்பதற்காக ஒரு கட்டடத்தை நோக்கி தீய்ச்சிட, ஒரு கணம் பூமி முழுவதுமே பகல் வெளிச்சம் போட்டாற்போல் பண்ணி அந்தக் கட்டடம் 'பிஃப்' என்று மறைந்தது.

நோராவின் அந்தச் செய்தியைப் பார்த்த மெல்லியந்திரன் வியந்து தன் உதவியாளனைப் பார்த்தான். 'ஏம்பா இப்படி கொட்டு வாய்ல கொடுத்தா எப்படி? கமிட் ஆயிடுச்சே'என்றான்.

'அதனால் என்ன? திருத்த முடியுமா இல்லையா?' என்றது நோரா தலைமைக் கணிப்பொறி.

'ரோதனைப்பா உங்ககூட!'

'இப்ப என்ன பண்ணணும்?' என்றான் அஸிஸ்.

'பாதை மாற்றணுமாம். சர்வேல ஒரு மைக்ரோ செகண்டு தப்பு வந்துடுச்சாம். ரூட் மாறிப் போய்டுச்சாம்! பூமியை அழிக்க வேண்டாமாம்.'

'அப்ப டெட்டனேட் பண்ணவேண்டாமா?' என்று தன் பதிந்த விரலைக் காட்ட.

'வேண்டாம்! கையை எடு! இப்ப வேண்டாம்ங்கறாங்க. மேம்பால ரூட்டுப் பாதை மாறிடுச்சு!'

நோராவிலிருந்து மற்றும் ஓர் ஆணை பிறந்தது. பூமியை நோக்கி அனுப்பப்பட்ட அனைஹிலேட்டர் அந்த வெடிப்பில் தீவிரமாக இருக்க, அதன் உள் இருந்த டெட்டனேட்டரிலிருந்து 'ப்ஸ்ஸ்' என்று சப்தம் எல்லா நாடுகளிலும் கேட்டது.

மிகு சக்தி அனைஹிலேட்டருக்கு திருத்தக்கதிர் ஒன்று அனுப்பப்பட்டு அதே சமயத்தில் அதன் இனர்ஷியல் கைடன்ஸ் சிஸ்டத்துக்கும் ஒரு கடைசி திருத்தம் அனுப்பப்பட, அந்தத் திகிரிவட்டம் வீல் வீல் என்று மனித குலமே இதுவரை கேட்டிராத சப்தத்துடன் பூமியை முத்தமிடுவதுபோல் அணுகிவிட்டு பின்குறிப்பாக சிலபல வகையான புதுமையான ஒலிக் குறிகளுடன் சட்டென்று நம்மை விட்டு நீங்கியது.

அனைத்து நாடு, அனைத்து நகர வீதிகளிலும் அண்ணாந்து பார்த்துக்கொண்டிருந்த மக்கள் இதை நம்ப இயலாமல், 'போய் விட்டது. போய் விட்டது' என்று கூத்தாடிக் களித்தார்கள்.

'எங்கள் பிரார்த்தனைதான் காப்பாற்றியது!' என்று கடைத் தெரு இலவச போர்டுகளை வாபஸ் வாங்கினார்கள்.

'அல்லாதான் காப்பாற்றினார்' என்று ஏழைகளை தெருவில் துரத்தினார்கள்.

'இல்லை கர்த்தர்தான்' என்று பணப் பெட்டிகளை மூடினார்கள்.

'இல்லை ராமன், இல்லை கிருஷ்ணன்' என்று வாக்குவாதம் கிளம்பினாலும், 'எல்லாக் கடவுள்களுமே நம்மைக் கூட்டு முயற்சியில் காப்பாற்றியிருக்கிறார்கள்' என்றுதான் முடிவுக்கு வந்தார்கள் அவர்கள். தாற்காலிக மனிதாபிமானமும் பெருந் தன்மையும் ரத்து செய்யப்பட்டன.

மணி செங்கமலத்தைச் சாகுமுன் கட்டி அணைத்துக் கொண்டிருந் தவன், கண்களை மூடிக்கொண்டிருந்தவன், 'செங்கமலம், நாம எங்கருக்கோம்? இது என்ன எம பட்டணமா?' என்றான்.

'சரவணா, சரவணா!'

சரவணன் ரிஃப்ரஷ் கிடைக்காமல் இங்குமங்கும் கடைத்தெரு நாய் போலத் திரிந்து, சிலை போல் உபகுப்தர் நின்று கொண்டிருந்த இடத்துக்கு அருகே வந்து உறைந்து நிற்க, இங்கே மணி, செங்கமலத்தையும் தன்னையும் இதயத்தில் தொட்டுப் பார்த்தான்.

'செங்கமலம், நாம சாகலை போல இருக்கே. மாரு அடிச்சுக்குதே!'

'போயிடுச்சு மணி. அது கிட்டக்க வந்து போய்டுச்சு. கடவுள்தான் நம்மைக் காப்பாத்தியிருக்காரு.'

'இல்லை செங்கமலம். நம் காதல்தான் காப்பாத்திச்சு. இத்தனை தூரம் ஒருத்தரை ஒருத்தர் நேசிக்கிற காதல் அல்பாயுசுலே சாகவே சாகாது செங்கமலம். பாரி தகவல் கொடுத்திருப்பாரு.'

செங்கமலம் புன்னகை பூத்தாள். 'இந்த நாள் நிஜமா?' என்றாள்.

'எது எப்படியோ, நான் உலகம் அழியப் போறது, ஸ்கூட்டர் லோன் திருப்பிக் கொடுக்கவேண்டாம்னு இருந்தேன். அந்தச் சந்தோஷத்தில் மண்ணு! இப்பா எல்லா லோனும் திருப்பிக் கொடுத்தாகணும்!'

பாரி அந்தச் சமயத்தில் பூமியின் கிராவிடேஷன் பெல்ட்டைக் கடந்து நோராவை நோக்கி காட்டபுல்ட் விசைகளால் செலுத்தப் பட்டபோது சன்னல் வழியே கடைசி முறையாக பூமி அழிந்து விட்டதா என்று பார்த்தான். அது இன்னும் அப்படியே உருண்டை யாக, கல்லுக் குண்டாக இருந்தது. 'என்னடாது? எனக்காக காத்திருக்காங்களா!'

'நோரா நோரா!'

'என்ன பாரி?'

'உலகம் அழியலையே.'

'அழிக்கலை.'

'ஏன்?'

'எங்க கால்குலேஷன்ல 0.000000000000001 சதவிகிதம் பிசகு வந்துருச்சு. அதைக் கடைசி நிமிஷத்துல கரெக்ட் பண்ணிட்டோம். இப்ப மேம்பாலம் பூமி மேல போறதில்லை!'

'நாசமாப் போச்சு! பூமி பாஷைல ஒரு பழமொழி சொல்லுவாங்க! 'வெட்டி ------- நித்திரைக்குக் கேடு'ன்னு. அப்படி ஆய்டுச்சா? நான் போனதெல்லாம் வேஸ்ட்டா?'

'வேஸ்ட் இல்லை பாரி. அடுத்த மிஷனுக்கு ஒரு பயிற்சின்னு வெச்சுக்கயேன்.'

'அடுத்த மிஷன் என்ன?'

'ஸியர்ரான்னு ஒரு கிரகத்தில நம்ம ஆட்சிக்கு எதிரா கலகம் பண்றாங்க. அவங்களை ஜோம்பிங்களா கொஞ்ச நாளைக்கு மாத்திட்டு வரணும்.'

பாரியின் வாகன டாக்கியான் விசை அவனை நோராவை நோக்கிச் செலுத்த, இங்கே பூமியில் -

வானத்தில் ஒரு சிரங்குபோல அந்த அனைஹிலேட்டர் வந்து போன இடம் தோன்றியது. மறைந்தது. பூமி ஜனங்கள் தத்தமது துரோகங்களுக்குத் திரும்பினார்கள்.

பின்குறிப்பு

இந்தக் கதையை நம்பாதவர்களுக்கு ஒரு வேண்டுகோள். அடுத்த முறை கொடைக்கானல் செல்லும்போது, கோல்ஃப் மைதானத்துக்கு அருகில் இருக்கும் மலைப் பாங்கான பிரதேசத்தில் ஒரு சுடலை மாடன் கோயில் இருக்கிறது. அங்கே போய்ப் பாருங்கள். அசாத்திய சக்தி வாய்ந்த தெய்வமாம்! சுடலைமாடன் கோயிலில் ஆடிக் கிருத்திகைக்கு கிடா வெட்டு எல்லாம்

நடக்கும். அந்தக் கோயிலில் இருக்கும் தெய்வத்தை நீங்கள் உற்றுப்பார்த்தால், ஒரு மாதிரி பாதி உட்கார்ந்தும் நின்றதுமான நிலையில் இருப்பார்! அது சுடலைமாடன் இல்லை! பாரி விட்டுச்சென்ற உபகுப்தர்! அருகே படுத்திருக்கும் பேச்சிமுத்து என்று கூறப்படும் தெய்வம் நம் நண்பர் 121. இருவரும் ரிஃப்ரஷ்ஷுக்காகக் காத்திருக்கிறார்கள்.
